പെരുന്നാൾ ദിനം

ജമാൽ ഫായിസ്

സമകാലിക അറബി സാഹിത്യത്തിൽ ചെറുകഥ, നോവൽ രംഗത്ത് ശ്രദ്ധേയ സാനിധ്യം. 2008-2011 ലെ രണ്ടാം ഇന്റർനാഷണൽ ഗോൾഡൻ ഫെസ്റ്റിവലിൽ സുവർണ്ണ ജേതാവ്.

അറബി സാഹിത്യരംഗത്തെ മികച്ച അറുപത് സമകാലീന എഴുത്തുകാരിൽ സ്ഥാനം പിടിച്ചിട്ടുണ്ട്. അൽ ജസ്ര കൾച്ചറൽ ആൻഡ് സോഷ്യൽ ക്ലബിൽ 1996 ജനുവരിയിൽ ബഹുമതി അംഗത്വം ലഭിച്ചു. ഖത്തർ സൊസൈറ്റി ഓഫ് റൈറ്റേഴ്സ് സ്ഥാപകസമിതി അംഗമായ ജമാൽ ഫായിസ് മർകസ് അൽ ഇബ്ദാഇ അൽ സഖാഫിയുടെ സെക്രട്ടറിയായി പ്രവർത്തിച്ചിട്ടുണ്ട്.

ജമാൽ ഫായിസിന്റെ രചനകൾ ഇംഗ്ലീഷ്, സ്വീഡിഷ്, റഷ്യൻ, ഫ്രഞ്ച്, മലയാളം, ഉറുദു, പോളിഷ് ഭാഷകളിലേക്ക് വിവർത്തനം ചെയ്തിട്ടുണ്ട്. ഇദ്ദേഹത്തിന്റെ കൃതികളെ ആസ്പദമാക്കി ഉക്രൈനിലെ നാഷണൽ യൂണിവേഴ്സിറ്റി ഓഫ് ഫ്രിഡ, തുർക്കിയിലെ ഇസ്താംബുൾ യൂണിവേഴ്സിറ്റി, ഇറാനിലെ ഇസ്ലാമിക് റിയലിസ്റ്റിക് യൂണിവേഴ്സിറ്റി എന്നിവയിൽ ഗവേഷണം നടന്നിട്ടുണ്ട്. കാലിക്കറ്റ്, കേരള തുടങ്ങി ഇന്ത്യൻ യൂണിവേഴ്സിറ്റികളിലും ഗവേഷണം നടന്നുവരുന്നു.

രചനകൾ:

1.സാറ വൽ ജറാദ്, ചെറുകഥ (പതിപ്പ് 1, ദോഹ,1991) 2. അൽ റഖ്സ് അല ആഫത്തി അൽ ജുർഹ്, ചെറുകഥ (പതിപ്പ് 1, ദോഹ, 1997), (പതിപ്പ് 2, കൈറോ, 2001), (പതിപ്പ് 3, ബൈറൂത്ത്, 2004), (പതിപ്പ് 4, ദോഹ, 2009), (പതിപ്പ് 5, ദോഹ, 2012), (പതിപ്പ് 6, ദോഹ, 2014) 3. അൽ റഹീൽ വൽ മീലാദ്, ചെറുകഥ (പതിപ്പ് 1, ദോഹ, 2003), (പതിപ്പ് 2, ബൈറൂത്ത്, 2007), (പതിപ്പ് 3, ദോഹ, 2012), (പതിപ്പ് 4, ദോഹ, 2014) 4. ഇൻദമാ യബ്തസിമു അൽ ഹുസ്ൻ, ചെറുകഥ (പതിപ്പ് 1, ബൈറൂത്ത്, 2008), (പതിപ്പ് 2, ദോഹ, 2012) 5. സുബ്ദു അൽ തീൻ, നോവൽ (പതിപ്പ് 1, ദോഹ, 2014) 6. അൽ ആബിറൂൻ ഇല അൽ ദാഖിൽ, ചെറുകഥ - ഇംഗ്ലീഷ് വിവർത്തനം (പതിപ്പ് 1, ദോഹ, 2014) 7. അനാഖീദ് അൽ ബശർ, ചെറുകഥ (പതിപ്പ് 1, ദോഹ, 2016) 8. ജമാൽ ഫായിസ് കഥകൾ, ചെറുകഥ - പോളിഷ് വിവർത്തനം (പതിപ്പ് 1, കെറാകുഫ്, 2018) 9. യൗമു അൽ ഈദ്, ചെറുകഥ - മലയാള വിവർത്തനം (പതിപ്പ് 1, കോഴിക്കോട്, 2020).

ഡോ. യു .പി മുഹമ്മദ് ആബിദ്

കോഴിക്കോട് ഫാറൂഖ് കോളേജിലെ അറബി ഗവേഷണവിഭാഗം അസിസ്റ്റന്റ് പ്രൊഫസറും റിസർച്ച് ഗൈഡും. മലപ്പുറം ജില്ലയിൽ സ്ഥിതി ചെയ്യുന്ന തവനൂർ പഞ്ചായത്തിലെ മാത്തൂർ സ്വദേശി.

വളവന്നൂർ അൻസാർ അറബിക് കോളേജിൽ നിന്ന് അറബി ഭാഷ, സാഹിത്യത്തിൽ ബി.എയും കാലിക്കറ്റ് യൂണിവേഴ്സിറ്റിയിൽ നിന്ന് എം. എയും ട്രാൻസ്ലേഷനിൽ പി.ജി ഡിപ്ലോമയും കേരള യൂണിവേഴ്സിറ്റിയിൽ നിന്ന് ബി.എഡും പി. എച്ച്. ഡിയും നേടി.

അൾജീരിയയിലെ ബുലൈദ യൂണിവേഴ്സിറ്റി, ഖത്തർ സാംസ്കാരിക, കായികമന്ത്രാലയത്തിന് കീഴിലെ ഖത്തരി ഫോറം ഫോർ ഓതേർസ്, ഷാർജ സാംസ്കാരിക ക്ലബ്ബ് എന്നിവ സംഘടിപ്പിച്ച അറബി സാഹിത്യ സമ്മേളനങ്ങളിൽ പ്രബന്ധം അവതരിപ്പിച്ചു. ഡോ. കെ.കെ.എൻ. കുറുപ്പ് രചിച്ച 'ഷെയ്ഖ് സൈനുദ്ദീൻ മഖ്ദൂം രണ്ടാമനും തുഹ്ഫത്തുൽ മുജാഹിദീനും - ചരിത്രഗ്രന്ഥത്തിന്റെ പുനർവായന' എന്ന പുസ്തകത്തിന്റെ അറബി വിവർത്തനത്തിൽ പങ്കാളിയാവുകയും ഖത്തർ ചെറുകഥാകൃത്ത് സമീറ ഉബൈദിന്റെ 'മണലിൽ നിന്നും രക്ഷപ്പെട്ട കൊത്തുപണി' മലയാളത്തിലേക്ക് വിവർത്തനം നിർവ്വഹിക്കുകയും ചെയ്തിട്ടുണ്ട്.

പെരുന്നാൾ ദിനം

(ചെറുകഥകൾ)

ജമാൽ ഫായിസ്

വിവർത്തനം:

ഡോ. യു.പി. മുഹമ്മദ് ആബിദ്

ലിപി പബ്ലിക്കേഷൻസ്

കോഴിക്കോട് - 673 002

Malayalam
PERUNNAL DINAM
(Short Stories)
Title/Arabic/Origin
YAUM AL EID
By
JAMAL FAYES
Translated by
DR. U.P. MUHAMMED ABID
First Edition : October 2020

Typeset & Layout: Ashker Chungam
Cover Design : Firoz Padikkal

Publishers
LIPI PUBLICATIONS
Head Office
AL Ameen Building, 13/766- U 6
Rly.Stn. Link Road, Kozhikode - 673 002
Tel: 0495-2700321

Showroom
LIPI BOOKS
B-12, Vikas Building, Rly. Stn. Link Road, Kozhikode-2
Tel: 0495-2700192 Mobile: 9847262583
Email: lipipublicationsclt@gmail.com
lipiakbar@gmail.com
www.lipipublications.com

നിത്യജീവിതത്തിലെ അനുഭവങ്ങളിൽ നിന്നും ദൃശ്യങ്ങളിൽ നിന്നും പെറുക്കിയെടുത്ത അതിനിസ്സാരങ്ങളായ വസ്തുതകളെ കോർത്തിണക്കി അവയിൽ നിന്ന് ജീവിതത്തിന്റെ വലിയ മാനവികമൂല്യങ്ങൾ വാർത്തെടുക്കുകയാണ് ജമാൽ ഫായിസ്.

-പ്രൊഫ. പി. മുഹമ്മദ് കുട്ടശ്ശേരി

ആധുനിക തലമുറയുടെ നേർ ചിത്രം അവതരിപ്പിക്കുന്ന കഥകൾ

ആധുനിക അറബി സാഹിത്യം ലോക സാഹിത്യത്തിന് തുല്ല്യമായതോ അതിനെ കവച്ചു വെക്കുന്നതോ ആയ തലത്തിലേക്ക് ഉയർന്നിരിക്കുന്നു. നോബൽ, ബുക്കർ തുടങ്ങി സമ്മാനങ്ങൾ അറബി സാഹിത്യത്തെ തേടിയെത്തി. അറബിയിലുള്ള നോവലുകളും കഥകളും പലതും ലോക ഭാഷകളിലേക്ക് വിവർത്തനം ചെയ്യപ്പെട്ടിട്ടുണ്ട്. വിവർത്തനങ്ങളാണ് യഥാർത്ഥത്തിൽ ഒരു സാഹിത്യ കൃതിയെ ദേശാതിർത്തി കടന്ന് പ്രചരിക്കുന്നതിന് കളമൊരുക്കുന്നത്. ചിലപ്പോൾ ആ കൃതിക്ക് ജനിച്ച ദേശത്ത് ലഭിച്ചതിനേക്കാൾ കൂടുതൽ സ്വീകാര്യതയും സ്വാധീനവും ലഭിക്കുക വിവർത്തനം ചെയ്ത ദേശത്തായിരിക്കും.

അറബിയിൽ നിന്നുള്ള വിവർത്തനം മലയാളത്തിൽ പണ്ടു മുതൽക്കേ നിലവിൽ ഉണ്ടായിരുന്നുവെങ്കിലും അത് അധികവും മത ഗ്രന്ഥങ്ങളായിരുന്നു. ഗൾഫ് നാടുകളുമായുള്ള മലയാളികളുടെ സമ്പർക്കം ശക്തമാവുകയും അറബി സാഹിത്യം കൂടുതൽ പ്രചരിക്കുകയും ചെയ്തതോടെ സർഗാത്മക സൃഷ്ടികളും വിവർത്തനങ്ങളും പ്രചാരത്തിൽ വന്നു. ഒരു പക്ഷേ ഇന്ത്യയിൽ കേരളത്തിൽ അഥവാ മലയാളത്തിലായിരിക്കും ഈ വിവർത്തന പ്രക്രിയ ഏറ്റവും കൂടുതൽ നടന്നത്.

അറബ് നാടുകളിൽ സാഹിത്യത്തിൽ ആധുനികതയും പൗരാണികതയും സമഞ്ജസമായി സമ്മേളിച്ച രാജ്യമാണ് ഖത്തർ. ഈജിപ്ത് പോലുള്ള രാജ്യങ്ങളിൽ നിന്ന് വ്യത്യസ്തമായി മത ദർശനങ്ങളുടെ പരിധി ലംഘിക്കാത്ത സൃഷ്ടികളാണ് ഖത്തറിൽ നിന്നും പുറത്ത് വരുന്നത്. ഇസ്ലാമിക മൂല്യങ്ങളിൽ ഉറച്ച് നിന്ന് കൊണ്ട് തന്നെ കഥ, കവിത, നോവൽ രചനകളിൽ ഉന്നത നിലവാരം പുലർത്താൻ കഴിയുമെന്ന് ഖത്തറിലെ എഴുത്തുകാർ തെളിയിച്ചിട്ടുണ്ട്. പാശ്ചാത്യ രാജ്യങ്ങളുമായുള്ള സമ്പർക്കം തങ്ങളുടെ രാജ്യത്തിന്റെ പാരമ്പര്യത്തെയും സംസ്കാരത്തെയും കൂടുതൽ പരിപോഷിപ്പിക്കുകയല്ലാതെ നശിപ്പിക്കരുതെന്ന നിർബന്ധം അവിടുത്തെ എഴുത്തുകാർക്കുണ്ട്.

ജമാൽ ഫായിസ് ഖത്തറിലെ ആധുനിക എഴുത്തുകാരിൽ പ്രമുഖനാണ്. അദ്ദേഹത്തിന്റെ കഥകളിൽ പലതും വിദേശ ഭാഷകളിലേക്ക് വിവർത്തനം ചെയ്യപ്പെട്ടിട്ടുണ്ട്. ജമാൽ ഫായിസിന്റെ 'യൗമുൽ ഈദ്' - പെരുന്നാൾ ദിനം - എന്ന കഥാസമാഹാരം വലുപ്പം കൊണ്ട് ചെറുതെങ്കിലും ഉൾകനം കൊണ്ട് സമ്പന്നമായ കൃതിയാണ്. ഓരോ കഥയും ആധുനിക മനുഷ്യന്റെ വ്യത്യസ്ത ഭാവങ്ങളും ചിത്രങ്ങളുമാണ് അവതരിപ്പിക്കുന്നത്. മലയാളത്തിലെ പ്രഗത്ഭ സാഹിത്യക്കാരൻ വൈക്കം മുഹമ്മദ് ബഷീറിന്റെ കഥാകഥന ശൈലിയാണ് ഈ കഥകൾ വായിക്കുമ്പോൾ മലയാളികളുടെ മനസ്സിൽ തെളിഞ്ഞു വരിക. നിത്യജീവിതത്തിലെ അനുഭവങ്ങളിൽ നിന്നും ദൃശ്യങ്ങളിൽ നിന്നും പെറുക്കിയെടുത്ത അതിനിസ്സാരങ്ങളായ വസ്തുതകളെ കോർത്തിണക്കി അവയിൽ നിന്ന് ജീവിതത്തിന്റെ വലിയ മാനവികമൂല്യങ്ങൾ വാർത്തെടുക്കുക എന്ന രീതിയാണ് ജമാൽ ഫായിസ് സ്വീകരിച്ചിട്ടുള്ളത്.

ഈ സമാഹാരത്തിലെ ആദ്യ കഥ 'നിശ്ശബ്ദത' ഇങ്ങനെയാണ് തുടങ്ങുന്നത്. ഒരു ബിസിനസുകാരൻ തന്റെ ഓഫീസ് മുറിയിൽ ഒരു മീറ്റിംഗ് സംഘടിപ്പിക്കുന്നു. സംസാരിക്കുന്നതിനിടക്ക് മീറ്റിംഗ് നടക്കുന്ന മുറിയിലേക്ക് തന്റെ ലേഡി മാനേജർ കടന്നു വരുന്നു. അയാളുടെ കാതിൽ എന്തോ മന്ത്രിക്കാൻ ശ്രമിക്കുന്നുണ്ട്. അവളെ തട്ടി മാറ്റി ശ്രദ്ധിക്കാതെ സംസാരം തുടരുകയാണ്. പിതാവിന്റെ നീക്കിയിരുപ്പ് കൊണ്ട് ബിസിനസ് ആരംഭിച്ച് പിതാവിനെ പോലും വിസ്മരിച്ച് ബിസിനസിൽ ആഴ്ന്നിറങ്ങിയ ആധുനികതയുടെ നേർകാഴ്ച ഈ കഥ അടിവരയിടുന്നുണ്ട്. ഈ സമാഹാരത്തിലെ 'ഇരുട്ട്' എന്ന കഥ അത്യന്തം തീവ്രതയുള്ളതാണ്. ആധുനിക സമൂഹത്തിന്റെ നേർ കാഴ്ചയാണത്. ആശുപത്രിയിലായ ഉമ്മയെ വീട്ടിലേക്ക് കൊണ്ടുവരാൻ മക്കൾ വിസമ്മതിക്കുന്നു. ഓരോരുത്തരും ഓരോ കാരണം പറഞ്ഞു ഒഴിഞ്ഞു മാറുന്നു. ഇന്നിന്റെ നേർ ചിത്രമാണത്. ഇത് പോലുള്ള എത്ര ചിത്രങ്ങളാണ് ഈ കഥകളിൽ. 'കെറൻകഊ' രാവിൽ പാട്ടു പാടി ഊര് ചുറ്റുന്ന കുട്ടികളുടെ കഥ ഏറെ ആകർഷകമാണ്. സൗജന്യമായി

കിട്ടിയ ഭക്ഷണം കഴിക്കുമ്പോൾ ആർത്തിയോടെ വൃദ്ധന്റെ ചുറ്റും കറങ്ങി കൊണ്ടിരിക്കുന്ന നായയുടെ ചിത്രം 'മാംസവും രക്തവുമുള്ള അവസാന മനുഷ്യൻ' എന്ന കഥയിൽ ഏറെ കൗതുകമേറിയതാണ്.

ഇങ്ങനെ ജമാൽ ഫായിസ് സംഭവങ്ങളുടെ നുറുങ്ങുകൾ നമ്മുടെ മുമ്പിൽ അവതരിപ്പിച്ച് ജീവിതത്തിന്റ വലിയ അർത്ഥ തലങ്ങളിലേക്ക് നമ്മെ ആനയിക്കുന്നത്.

ഈ വിലപ്പെട്ട കൃതിയുടെ വിവർത്തനം നിർവ്വഹിച്ചത് ഫാറൂഖ് കോളേജ് അറബി ഗവേഷണ വിഭാഗത്തിലെ ഡോ. യു.പി. മുഹമ്മദ് ആബിദ് ആണ്. ഭാഷ, സാഹിത്യ രംഗത്തെ പ്രാപ്തിയും പാണ്ഡിത്യവും വിവർത്തനത്തെ മനോഹരമാക്കിയിട്ടുണ്ട്. വായനക്കാരിൽ നിന്ന് ലഭിക്കുന്ന അംഗീകാരം വിവർത്തന രംഗത്ത് കൂടുതൽ സംഭാവനകൾ നൽകാൻ പ്രചോദനമാകുമെന്നതിൽ സംശയമില്ല.

പ്രൊഫ. പി. മുഹമ്മദ് കുട്ടശ്ശേരി

■

● വിവർത്തകക്കുറിപ്പ് ●

ഖത്തർ സാഹിത്യത്തെ മാനവികതലങ്ങളിൽ നിന്ന് മാറ്റി നിർത്താനാവില്ല. അറബി സാഹിത്യത്തിൽ മാനവിക മൂല്യങ്ങൾ പുനരുജ്ജീവിപ്പിക്കാൻ തൂലിക ചലിപ്പിച്ചവരിൽ മികച്ച സ്ഥാനമാണ് ചെറുകഥാകൃത്ത് ജമാൽ ഫായിസിനുള്ളത്.

സമകാലിക അറബി സാഹിത്യത്തിൽ മാനവിക, സാംസ്കാരിക, സാമൂഹിക മൂല്യങ്ങൾക്കായി സാഹിത്യയിടങ്ങൾ നിർമ്മിച്ച ജമാൽ ഫായിസ് സമൂഹം യഥാർത്ഥ മൂല്യങ്ങളിലേക്ക് മടങ്ങേണ്ടതിന്റെ ആവശ്യകത വരികളിലൂടെ കൃത്യമായി ഉന്നയിക്കുന്നുണ്ട്. സങ്കീർണ്ണ പ്രശ്നങ്ങളുടെ ആധുനിക ലോകത്ത് പുതിയ തലമുറയ്ക്ക് ദിശയേകാൻ കഴിയുന്ന തരത്തിൽ സാമൂഹിക ചിത്രീകരണവും അപഗ്രഥനവും നിർവ്വഹിക്കുന്നുണ്ട്. മാനുഷിക മൂല്യങ്ങൾ, സാംസ്കാരിക ചിന്തകൾ, നാഗരിക ഘടകങ്ങൾ, പൊതു താൽപ്പര്യങ്ങൾ, കുടുംബകാര്യങ്ങൾ എന്നിവ ജമാൽ ഫായിസിന്റെ കഥകളിൽ വലിയ സ്ഥാനമാണ് നിർവ്വഹിച്ചു വരുന്നത്.

ദയ, നന്മ, വിനയം തുടങ്ങി ധാർമ്മിക മൂല്യങ്ങൾ ഉയർത്താൻ ശ്രമിക്കുന്ന ഈ സമാഹാരം തിന്മ, വിദ്വേഷം, അനീതി എന്നിവ നിരസിക്കാൻ പ്രോത്സാഹിപ്പിക്കുകയും ജീവകാരുണ്യ പ്രവർത്തനങ്ങളിൽ പങ്കാളിയാകാൻ പ്രേരിപ്പിക്കുകയും ചെയ്യുന്നുണ്ട്.

ഒരു യുവാവ് ഒരു വൃദ്ധനുമായി തന്റെ ഊഴം നേരത്തെ ആണെന്ന കാരണം പറഞ്ഞ് ഡോക്ടറുടെ അടുത്തേക്ക് പ്രവേശിക്കാൻ ശ്രമിക്കുന്നത് ഈ സമാഹാരത്തിൽ നാം വായിക്കുന്നുണ്ട്. മൂന്നാം ഖണ്ഡികയിൽ ഇതിന് വൈരുദ്ധ്യമായ മാനവിക മൂല്യവും കടന്നു വരുന്നു. ഈ കഥ മനുഷ്യ മൂല്യങ്ങളുടെ പരിവർത്തനത്തെ കുറിച്ചുള്ള വ്യക്തമായ നിലപാട് സംഗ്രഹിക്കുകയും സ്വാർത്ഥ പ്രതിഭാസങ്ങളെയും ബഹുമാന നഷ്ടത്തെയും ആഘോഷിക്കുന്ന ആധുനികതയെ നിരസിക്കുന്നുണ്ട്.

സാഹിത്യത്തിന്റെ സമകാലിക സൗന്ദര്യത്തിനു പുറമെ നഷ്ടപ്പെട്ട മൂല്യങ്ങളെ വിലമതിക്കുന്ന മനോഭാവമായും വിലയിരുത്തപ്പെടുന്നു. അതു കൊണ്ടു തന്നെയാണ് ജമാൽ ഫായിസിന്റെ കൃതികൾ ഖത്തർ ഉൾപ്പെടെ വിവിധ സ്കൂളുകളിൽ പാഠ്യവിഷയമായി അംഗീകരിക്കപ്പെട്ടതും വിവിധ സർവകലാശാലകളിൽ ഗവേഷണ പഠനത്തിനായി തെരഞ്ഞെടുക്കപ്പെട്ടതും.

ജമാൽ ഫായിസിന്റെ രചനകളിൽ നിന്ന് തെരഞ്ഞെടുത്ത കഥകളുടെ വിവർത്തനമാണ് 'പെരുന്നാൾ ദിനം' എന്ന ശീർഷകത്തിൽ നിങ്ങളുടെ സമക്ഷം. പ്രോത്സാഹനവും നിർദ്ദേശങ്ങളും നൽകിയ ഏവർക്കും നന്ദി.

-ഡോ. യു.പി. മുഹമ്മദ് ആബിദ്

ഉള്ളടക്കം

നിശ്ശബ്ദതയുടെ ശബ്ദം

1

ഓഫീസിലെ ലേഡി മാനേജർ ആദ്യമായാണ് മീറ്റിംങ്ങിനിടെ അനുവാദമില്ലാതെ പുറകിലെ വാതിൽ അടക്കാതെ അയാളുടെ അടുത്തേക്ക് പ്രവേശിക്കുന്നത്. വിഷാദമുഖത്തോടെ അടുത്തേക്ക് നീങ്ങി. അയാളുടെ ചെവിയിൽ മന്ത്രിക്കാനായി അടുത്തു. അയാൾ സദസ്സിനെ അഭിസംബോധന ചെയ്യുന്നതിനാൽ അവളെ നോക്കാതെ തന്നെ വലതു കൈത്തണ്ട ഉയർത്തി അകറ്റി.

2

ആളുകളുടെ ശ്രദ്ധ അവളിലായി. അവൾ പ്രവേശിച്ച രീതിയിൽ നീരസപ്പെട്ടു. കയറി വന്നപ്പോൾ ഒന്നും കാണാനാകാത്ത വിധം അവളുടെ നെറ്റിയിലൂടെ മുടി അഴിഞ്ഞു വീണിരുന്നു.

അയാളുടെ മുന്നിൽ ഒരു ചെറിയ പേപ്പർ വെച്ചു നിർദ്ദേശങ്ങൾക്കായി അവൾ കാത്തു നിന്നു. മീറ്റിംങ്ങിൽ പങ്കെടുത്തവരോട് സംസാരിച്ചുകൊണ്ടിരിക്കെ അയാളത് വായിക്കുകയും അരികിൽ വെയ്ക്കുകയും ചെയ്തു.

3

മീറ്റിംങ്ങിനിടക്ക് ഒരു ഫോൺ കോളിന് അയാൾക്ക് മറുപടി നൽകേണ്ടി വന്നു. ലാന്റ് ലൈനിൽ നേരിട്ട് വന്നതാണ്. വരുന്നുവെന്ന് ആവർത്തി

ക്കുമ്പോൾ അയാളുടെ മുഖത്ത് ദു:ഖവും നീരസവുമായിരുന്നു. ഫോൺ കട്ടാക്കി. ഒന്നും പറഞ്ഞില്ല. മുന്നിലുള്ള പേപ്പറുകളുടെ ശേഖരവും വിരൽ ത്തുമ്പിലെ പേനയും നോക്കുകയല്ലാതെ ഒന്നും ചെയ്തില്ല.

കടലിന്റെ ആഴങ്ങളിൽ വെച്ച് മരിച്ച പിതാവിന്റെ മുഖം അയാളുടെ മുമ്പിൽ പ്രത്യക്ഷപ്പെട്ടു. മുത്തുകൾ ശേഖരിക്കാൻ പതിവു പോലെ മുങ്ങിയതാണെന്നാണ് അമ്മ പറഞ്ഞത്. സ്രാങ്കിന്റെ മനസ്സിൽ ഞെട്ടൽ അനുഭവപ്പെടും വരെ മുങ്ങൽ നീണ്ടു. തന്റെ ഊഹം സ്ഥിരീകരിക്കാനായി സ്രാങ്ക് വലിച്ചു. സംഭവിച്ചത് വിധിയായി അംഗീകരിക്കേണ്ടി വന്നു.

എട്ട് മുത്തുകളാണ് അവർക്ക് കിട്ടിയത്. അത് അയാളുടെ കുടുംബ ത്തിന്റെ ഓഹരിയെന്ന് സ്രാങ്ക് സത്യം ചെയ്തു. മൂല്യം മനസ്സിലാക്കി അയാളുടെ അമ്മയത് സൂക്ഷിച്ചുപോന്നു. വലുതായപ്പോൾ മകന് നൽകി. അത് വ്യാപാരം ചെയ്ത് സമ്പത്ത് കൂടിയപ്പോൾ പിന്നീട് അയാളുടെ മുഴുസമയം വ്യാപാരത്തിലായി മാറി.

അയാൾ കൺപോളകൾ അടച്ചു. കവിളിലൂടെ ഒലിക്കുന്ന കണ്ണു നീർ തുടച്ചു. മീറ്റിംഗ് തുടരുന്നതിനു മുമ്പ് പങ്കെടുത്തവരോട് ഒരാളുടെ മരണത്തിൽ അനുശോചിക്കാനായി ഒരു മിനിറ്റ് നിശ്ശബ്ദത പാലിക്കാൻ അയാൾ ആവശ്യപ്പെട്ടു.

■

വൃദ്ധൻ

1

മേഘം ആ വലിയ നഗരത്തിലേക്ക് വന്നത് മുതൽ സൂര്യരശ്മികളെ അവിടത്തെ ജനങ്ങളിൽ നിന്നും മറച്ചിരുന്നു. രാവിലെയും വൈകുന്നേരവും നന്നായി പെയ്തു. പച്ചപ്പുല്ലുകൾ എല്ലായിടത്തും മുളപൊട്ടി. എല്ലാ ജീവജാലങ്ങൾക്കും സമൃദ്ധി.

ദിവസങ്ങൾ കഴിയുന്തോറും കല്ലും ചെളിയും കൊണ്ട് നിർമ്മിച്ച വീടുകൾ നശിപ്പിക്കപ്പെട്ടു. പകരം സിമന്റും കമ്പിയും കൊണ്ടുള്ള കൊട്ടാരങ്ങൾ ഉയർന്നു. എല്ലാം ആഢംബര കൊട്ടാരങ്ങൾ. അതിന്റെ മതിലുകൾ മരങ്ങളാൽ മറക്കപ്പെട്ടിരിക്കുന്നു. വിവിധ ഭാഗങ്ങളിലുള്ള എണ്ണിയാൽ തീരാത്ത വിളക്കുകൾ ആകാശ ശ്രദ്ധ ആകർഷിക്കുന്ന വിധം ഹൃദയങ്ങളെ കീഴക്കി മിന്നി മറയുന്നു.

2

ആശുപത്രിക്കുള്ളിൽ ആളുകളുടെ നീണ്ട നിര. കസേരയിൽ ഇരിക്കുന്ന ചിലർ. ചിലർ ദീർഘകാത്തിരിപ്പ് കാരണം മടുത്തു സ്ഥലം വിട്ടുപോകുന്നു. എത്തിച്ചേരുന്ന ചിലർ. അവരുടെ ഇടക്ക് വടിയിൽ കുത്തി പിടിച്ച് വേദന കൊണ്ട് തേങ്ങുന്ന ഒരു വൃദ്ധൻ. അയാൾ മറ്റുള്ളവരെപ്പോലെ അവസരത്തിനായി കാത്തിരിക്കുകയാണ്.

അമ്പതോളം പ്രായം കാണുന്ന ഒരാൾ എണീറ്റ് തന്റെ സ്ഥാനത്ത് ഇരിക്കാൻ ആവശ്യപ്പെട്ടു. അയാൾ നന്ദി പറഞ്ഞൊഴിഞ്ഞു. വീണ്ടും നിർബന്ധിച്ചപ്പോൾ അയാൾ വീണ്ടും നന്ദി അറിയിച്ചു.

ഡോക്ടറുടെ മുറിയിൽ നിന്ന് ഒരു രോഗി പുറത്തിറങ്ങി. അടുത്തയാൾ മുന്നോട്ട് വന്നു. ഇരുപത് വയസ്സ് തോന്നിക്കുന്ന ഒരു ചെറുപ്പക്കാരൻ. ആ മനുഷ്യൻ വൃദ്ധന് കയറാൻ അനുവാദം ചോദിച്ചു.

അവൻ നെറ്റി ചുളിച്ച് പറഞ്ഞു: "ഇത് എന്റെ ഊഴമാണ്".

അയാൾ പുഞ്ചിരിച്ച് പറഞ്ഞു: "എനിക്കറിയാം. സത്യമായിട്ടും അറിയാം. പക്ഷേ വൃദ്ധനോട് കരുണ കാണിക്കേണ്ടേ?".

വൃദ്ധൻ മന്ത്രിച്ചു: "അവൻ കയറട്ടെ. കഠിന ഹൃദയമുള്ള തലമുറ. ഹേയ്.. ഞങ്ങൾ ഈ പ്രായത്തിൽ ആയിരുന്നപ്പോൾ. അതൊരു കാലം. ഓരോ കാലത്തും അതിന്റേതായ ആളുകൾ ഉണ്ടായിരിക്കും. ആ ദിവസങ്ങളിൽ ദൈവം കരുണ ചൊരിയട്ടെ".

പിടയുന്ന കണ്ണുകളുമായി മുപ്പത് വയസ് തോന്നിക്കുന്ന ഒരു യുവതി ഓടി കയറി. നാല് വയസ്സോളമുള്ള കുട്ടിയെ നെഞ്ചിലേക്ക് ചേർത്ത് പിടിച്ചിട്ടുണ്ട്. അവളെ ഒരു നഴ്സ് അനുഗമിക്കുന്നുണ്ട്. കുട്ടിയുടെ തലയുടെ പിന്നിൽ നിന്ന് രക്തസ്രാവമുണ്ട്. നേരെ അത്യാഹിത വിഭാഗത്തിൽ പ്രവേശിച്ചു.

ആ ചെറുപ്പക്കാരനെ വെയിറ്റിംഗ് റൂമിലേക്ക് മാറ്റി.

ഡോക്ടറുടെ മുറിയിൽ ഒരു മണിക്കൂർ നേരത്തെ കാത്തിരിപ്പിന് ശേഷം പുറത്തിറങ്ങി ആശുപത്രിയിലെ ഫോണിൽ അവൾ വിളിച്ചു പറഞ്ഞു: "ഹലോ മാമാ.. ഞാൻ സുനിതയാ.. നിങ്ങളുടെ കുട്ടി മരിച്ചു. വീട്ടിലേക്ക് കൊണ്ടു വരണോ?.. അതോ ശ്മശാനത്തിലേക്കോ?".

■

വീൽചെയറിന്റെ വേരുകൾ

1

ഒരു വേരൊഴികെ തന്റെ എല്ലാ വേരുകളും മുറിഞ്ഞു പോയ ഒരു മനുഷ്യൻ. എല്ലായ്പ്പോഴും ആ മനുഷ്യനെ ഓർത്തിരിക്കും. കാരണം അതാണ് ഇപ്പോഴും അവശേഷിക്കുന്നത്.

വിശേഷ അവസരങ്ങളിൽ അയാളെ സന്ദർശിക്കും. അല്പം പണം നൽകുകയും ചെയ്യും. പക്ഷേ അയാൾ നാട്ടുകാരുമായി ബന്ധപ്പെട്ട എന്തെങ്കിലും അന്വേഷിക്കും. നാമെല്ലാവരും നാട്ടുകാരെ ഗൗനിക്കാറുണ്ട്. വംശപരമ്പരയും വേരുകളും കൊണ്ട് നാമത് സാക്ഷാത്കരിക്കാറുമുണ്ട്. ആദ്യത്തേത് നേടുന്നതും രണ്ടാമത്തെ സന്തോഷിപ്പിക്കുന്നതുമാണ്.

2

ഞാൻ ജോലി ചെയ്യുന്ന വൃദ്ധസദനത്തിലേക്ക് ദിവസവും പോകുമ്പോൾ അയാളെ കാണാറുണ്ട്. വീൽചെയറിൽ ഇരിക്കുകയായിരിക്കും. പകുതിയും മേശയ്ക്കടിയിൽ മറഞ്ഞിരിക്കും. നോട്ടീസുകളും വെളുത്ത കടലാസ് ബോർഡും അയാളവിടെ വെക്കുന്നുണ്ടായിരിക്കും.

"പ്രായമായവരും വികലാംഗരുമായ നിങ്ങളുടെ ദരിദ്രസഹോദരങ്ങൾക്ക് സംഭാവന നൽകിയാലും." എന്ന് നീല മഷിയിൽ അതിൽ എഴുതിയിയിട്ടുണ്ട്.

മുഖത്തെ ദു:ഖത്തെ മൂടുന്ന സ്ഥിരമായ പുഞ്ചിരി അയാളുടെ മറ്റൊരു പ്രത്യേകതയാണ്. കൂടുതലായി സംസാരിക്കുന്നത് ക്ഷീണമുണ്ടാക്കുന്നുണ്ട്. കഷ്ടപ്പെട്ടല്ലാതെ വായിൽ നിന്ന് വാക്കുകൾ പുറത്തുവരില്ല. അയാളുടെ കൈപ്പത്തി താടിയെല്ലിന്റെ അടിയിൽ വെച്ചതിനുശേഷമാണ് വാക്കുകൾ വികലമായ ശബ്ദമായി പുറത്ത് വരിക.

അയാൾക്ക് തളർച്ചയും മടുപ്പുമില്ല. ആശുപത്രിയുടെ ഇടനാഴികൾക്കുള്ളിൽ അയാളെ എല്ലായ്പ്പോഴും കാണുന്നതിനാൽ സുപരിചിതനാണ്. വീൽചെയറിന്റെ ചക്രങ്ങളിൽ നിന്ന് വരുന്ന ശബ്ദം കൊണ്ട് അയാളുടെ സാമീപ്യമറിയാം. മുന്നിൽ ആരെങ്കിലും കണ്ടാൽ അയാൾ നിൽക്കും. പുഞ്ചിരിച്ച് അടുത്തു വരും. കൂടുതലായി സമീപിക്കാൻ അനുവാദം ചോദിക്കും. നോട്ടീസ് കാണിച്ച് അതിലെ എഴുത്തിലേക്ക് ചെറിയ കൈപ്പത്തി ചൂണ്ടും. കസേര തള്ളാൻ സഹായിക്കുന്നവരെ ആംഗ്യം കാണിച്ച് നിരസിക്കുകയും ചെയ്യും. ചിലപ്പോൾ കൈപ്പത്തിയിലൂന്നി ഒന്നു ചായാൻ നിർബന്ധിതനാകും. എന്നിട്ട് പറയും: “എല്ലാരും സ്വന്തമായി ആശ്രയിക്കണം!. നോട്ടീസ് വേണോ?”.

പുതിയ നാണയ തുട്ടുകൾ തേടി അയാൾ നീങ്ങി. മറ്റുള്ളവരുടെ മനസ്സിൽ പുഞ്ചിരി സൂക്ഷിക്കാനായി അയാൾ ആശുപത്രിയുടെ ഇടനാഴിയിലും അവിടത്തെ ആളുകൾക്കിയിലും ചിറക് വീശി മറ്റൊരു സ്ഥലത്തേക്ക്.

■

വീടിന്റെ ആത്മാവുകൾ

1

ഉമ്മ പിന്നെയും ആവശ്യപ്പെട്ടു. അവനെ ആവർത്തിച്ച് നിർബന്ധിച്ചു. ഇപ്പോൾ വിശപ്പ് തോന്നുന്നില്ലെന്ന് അവന് സത്യം ചെയ്യേണ്ടി വന്നു. രണ്ടാമതും അവൻ പ്രാതൽ കഴിക്കുമെന്ന് ഉമ്മ പ്രതീക്ഷിച്ചിരുന്നു.

മുന്നോട്ട് വന്ന് തലയിൽ ചുംബിച്ചു ഉമ്മയുടെ വലതു വശത്ത് ഇരുന്നു. അവന്റെ കാര്യങ്ങളെക്കുറിച്ച് ഉമ്മ അന്വേഷിച്ചു. കഴിച്ച ഭക്ഷണത്തിൽ സംതൃപ്തനാണെന്ന് വരുത്തി ചുണ്ടുകൾ വളച്ചൊടിച്ചു. പ്രഭാത പ്രാർത്ഥ നക്കായി പള്ളിയിലേക്ക് പോകാൻ വീണ്ടും അവൻ അനുവാദം ചോദിച്ചു.

അവൻ ജോലിക്കാരോടൊപ്പം കടലിൽ പോയി. ബോട്ട് കടലിലേക്ക് തള്ളാൻ അന്യോന്യം ചേർന്നു. മണിക്കൂറുകൾ കടന്നു പോയി. അവ രുടെ ഉത്സാഹം തണുത്തിട്ടില്ല. ശബ്ദങ്ങൾ കടലിന്റെ ഇരമ്പലുമായി കൂടിച്ചേർന്നു. "യാ അല്ലാഹ്.. യാ കരീം.. യാ റസാഖ്.. യാ അലിം.." തുടങ്ങി വിളികൾക്ക് "ഐലസാ" യെന്ന് ഏകസ്വരത്തിൽ ഉത്തരമേകി.

2

ഉമ്മയുടെ മരണ ശേഷം അയൽ വാസികളുടെ വീടുകളിൽ നിന്നാണ് അവന് ഭക്ഷണം കൊണ്ടു വന്നിരുന്നത്. ദിവസങ്ങൾ കഴിയുന്തോറും

ലജ്ജാബോധം വർദ്ധിച്ചു. ഭാരം അനുഭവപ്പെടുന്നതായി തോന്നി. പകരമായി എല്ലായ്പ്പോഴും അവനും ചിലത് നൽകുമായിരുന്നു. അയൽക്കാരന് അയൽക്കാരനോടുള്ള കടമയാണത്. മടിയും ലജ്ജയോടും കൂടിയാണ് അവൻ ഭക്ഷണം വാങ്ങിച്ചിരുന്നത്. ശീലമായ കൈകളിൽ നിന്നല്ലാതെ എന്തെങ്കിലും കഴിക്കുന്നത് വല്ലാത്ത ബുദ്ധിമുട്ട് തന്നെ..!

3

ഒരു ഓയിൽ കമ്പനിയിൽ അവൻ ജോലിക്ക് ചേർന്നു. വർഷങ്ങളോളം ഉമ്മയെ പറ്റി സംസാരിക്കാൻ സമ്മതിച്ചതേയില്ല. അവന് കാര്യം ബോധ്യപ്പെടുകയും സുഹൃത്തുക്കളുടെയും ഉറ്റ ചങ്ങാതിമാരുടെയും ഉപദേശത്തിന് മറുപടി നൽകുകയും ചെയ്തു. തന്റെ ജീവിതം യുക്തി സഹമല്ലെന്നും വീടുകളുടെ ആത്മാവുകൾ സ്ത്രീകളാണെന്നും അമ്പതുകൾക്ക് ശേഷം അവന് സമ്മതിക്കേണ്ടി വന്നു.

വിവാഹ സുദിനത്തിൽ വധുവിന് അനുഗ്രഹം നേരാൻ സ്ത്രീകൾ വന്നിരുന്നു. അത് കൊണ്ട് അതിരാവിലെ തന്നെ അവൻ പുറത്തിറങ്ങി. കൂടാതെ കമ്പനിയുടെ ഹോട്ടലിൽ നിന്ന് പ്രാതൽ കഴിക്കാൻ നിർബന്ധിതനായി. കാരണം അവൻ നേരത്തെ ഉറക്കമുണരുകയും ഭാര്യ നഗരത്തിലെ പെൺകുട്ടികളെ പോലെ വൈകി ഉണരുന്നവളുമായിരുന്നു. പിന്നെ ഓയിൽ കമ്പനിയുടെ ഹോട്ടലിൽ നിന്ന് പ്രാതൽ കഴിക്കൽ പതിവായി മാറി.

■

തടി വാതിൽ

മക്കൾ പല തവണ പുറം വീടിന്റെ വാതിലിൽ മുട്ടി. രാത്രി നമസ്ക്കാര ശേഷം മടങ്ങിയെത്തിയാൽ വീട്ടിൽ നിന്ന് പുറത്തു പോകരുതെന്ന് ഉപ്പ അവരെ ശീലിപ്പിച്ചിട്ടുണ്ട്. തടി വാതിലിൽ മുട്ടുന്നത് തുടർന്നു. ശക്തമായപ്പോൾ അയാളുടെ ശബ്ദവും വളരുന്ന നഖങ്ങളെ പോലെ കൂർത്തു. കഴുത്ത് ഞെരിക്കുന്നതും കൊല്ലുന്നതും പോലെയുണ്ട്. അയാൾ നാഥനോട് പാപമോചനം ചോദിക്കുകയും ശപിക്കപ്പെട്ട പിശാചിൽ നിന്ന് ശരണം തേടുകയും ചെയ്തു.

ആടുകളുടെ അകിടിയിൽ നിന്ന് പാത്രം വലിച്ചു. തലയിൽ നിന്ന് കച്ച എടുത്തു പാത്രത്തിന്റെ അറ്റത്ത് വെച്ചു. ശ്രദ്ധയിൽ പെട്ട പാലിലെ രോമങ്ങൾ പുറത്തെടുത്തു. തന്റെ വശത്ത് വെച്ചിരുന്ന വടി വലിച്ചെടുത്ത് കമാനഘടനയിലുള്ള അയാളതിൽ ചാഞ്ഞു ആവർത്തിച്ചു കൊണ്ടിരുന്നു: “ദാ.. ഞാനിതാ വരുന്നു”.

അയാൾ പുറത്തേ വാതിലിലേക്ക് നടക്കുമ്പോൾ കാലുകളുടെ ചുവടുകൾക്കൊപ്പം നെടുവീർപ്പിട്ടുകൊണ്ടിരുന്നു. മക്കൾ കയറി വന്നു തലയിൽ ചുംബിച്ചു. അവർ അയാളുടെ പുറകിലായി നടന്നു. ഏഴു പേരും അയാളുടെ മുന്നിലായി ഇരുന്നു. ഒരാൾ പറഞ്ഞു: “മൂന്നാമത്തെ വർഷമാണ് നിങ്ങളുടെ അടുക്കൽ വരുന്നത്. വീട് വിൽക്കാനുള്ള അനുമതി ഉണ്ടാകുമെന്ന് പ്രതീക്ഷിക്കുന്നു”.

അയാളുടെ മുഖം ചുളിഞ്ഞു. അവരെ നോക്കി. മറുപടിയൊന്നും പറഞ്ഞില്ല.

അടുത്തയാൾ പറഞ്ഞു: "ദയവായി എനിക്ക് വേണം. ഉള്ളത് പറഞ്ഞാൽ ഞങ്ങൾക്കെല്ലാവർക്കും പണം ആവശ്യമാണ്".

അവൻ മറ്റേയാളെ നോക്കി. അയാൾ ഒന്നും പറഞ്ഞില്ല.

മൂന്നാമൻ പറഞ്ഞു: "എന്തുകൊണ്ടാണ് നിങ്ങൾ സമ്മതിക്കാത്തത്"?.

അയാൾ കണ്ണുനീർ പിടിച്ചുവെച്ചു. ഒരു വാക്കുപോലും പറഞ്ഞില്ല.

അഞ്ചുവർഷത്തിനുശേഷം കിണറിനടുത്ത് മുറ്റത്തിന് നടുവിൽ ഈന്തപ്പനക്ക് വെള്ളമൊഴിക്കുന്ന സമയം വാതിലിൽ തുടർച്ചയായി മുട്ടുന്നത് അയാൾ കേട്ടു. അടുത്ത് പോയി നോക്കി. മക്കൾ കയറി വന്നു വീട് വിൽക്കാൻ അനുമതി തേടി. സ്വീകരണ മുറിക്കുള്ളിൽ ഇരുന്നു ധാരാളം സംസാരിച്ചു. പക്ഷേ അയാൾ തിരിച്ച് ഒന്നും പറഞ്ഞില്ല.

പത്തുവർഷത്തിനുശേഷം വസ്ത്രം കയറിൽ തൂക്കിയിടുന്ന സമയം വാതിലിൽ ശക്തമായി മുട്ടുന്നത് കേട്ടു. ഒരു നിമിഷം അയാൾ നിന്നു. വാതിൽ തുറക്കാനായി നടന്നു. മക്കൾ കയറി വന്നു. സ്വീകരണ മുറിയിലേക്ക് അയാൾക്ക് മുന്നേ പ്രവേശിച്ചു. അവർ അയാളോട് സംസാരിച്ചു. അയാൾ ഒന്നും സംസാരിച്ചതുമില്ല.

ഇരുപത് വർഷത്തിനു ശേഷം മക്കളും കൊച്ചുമക്കളും അടുത്തെത്തി വാതിലിൽ അക്രമാസക്തമായി മുട്ടി. അവർ ഒരുപാട് മുട്ടി. വാതിൽ തുറന്നില്ല. പക്ഷേ അയാളവിടെ നിരവധി ചെറിയ കുഴികൾ ഉണ്ടാക്കി വെച്ചിരിക്കുന്നു.

■

പെരുന്നാൾ ദിനം

1

ആദ്യമായാണ് അയാൾ വീട്ടിൽ നിന്ന് പുറത്തിറങ്ങുമ്പോൾ ഈന്തപ്പനയെ നോക്കാതിരിക്കുന്നത്. വല്ലിപ്പ നട്ട ഈന്തപ്പന മക്കളും പേരമക്കളുമാണ് പരിചരിച്ചത്. ഒരു പാട് വർഷങ്ങളായി ഫലം കിട്ടിയിരുന്നു. കുറച്ചു വർഷമായി ഒന്നുമില്ല. അയാളുടെ സങ്കടം വർദ്ധിച്ചു. പ്രതീക്ഷ കൈവിട്ടില്ല.

ഈ രാത്രിയൊഴികെ എല്ലാ ദിവസവും അയാളതിനെ പരിപാലിക്കുകയും കൂടുതൽ സമയം അടുത്ത് ചെലവഴിക്കുകയും ചെയ്തിരുന്നു. ഇപ്പോൾ സമയം കുറവാണ്. ധാരാളം സാധനങ്ങൾ വാങ്ങിക്കണം. ഏറ്റവും പ്രധാനം പഴങ്ങൾ തന്നെ. മകൻ ഇഷ്ടപ്പെടുന്ന മാതളനാരങ്ങയും മകൾ ഇഷ്ടപ്പെടുന്ന ആപ്പിളും. പിന്നെ “റഹഷ്” മധുര പലഹാരവും. സ്വീകരണമുറി വൃത്തിയാക്കിയും ഭക്ഷണതളിക തയ്യാറാക്കിയും അയാൾ രാത്രി കഴിച്ചുകൂട്ടി.

2

പതിവില്ലാതെ അയാൾ കട്ടിലിൽ നിന്ന് എഴുന്നേറ്റു വേലക്കാരനെ ഉണർത്തി. മുറിയിലേക്ക് പോയി സുഗന്ധം പൂശി പുതിയ വസ്ത്രങ്ങൾ ധരിച്ചു. വല്ലിപ്പയുടെ വടിയിൽ ചാരി നിന്ന് ഗർവ്വ് കാണിച്ച് പുറത്തിറങ്ങി.

3

പെരുന്നാൾ ദിനത്തിൽ ഉപ്പയോടും വല്ലിപ്പയോടും ഒപ്പം കുട്ടിക്കാലം മുതൽ പോയിരിക്കുന്ന പ്രാർത്ഥനാ മൈതാനത്തെ അതേ സ്ഥലത്താണ് അയാൾ ഇരുന്നത്. വരുന്നവരുടെയും വലത്തും ഇടത്തും ഇരിക്കുന്ന വരുടെയും മുഖത്തേക്ക് അയാൾ നോക്കി. ഇരിക്കുന്നവർ അയാൾക്ക് അഭിവാദ്യം നേർന്നു. അയാളുടെ മുഖത്തെ ദുഃഖരഹസ്യത്തെക്കുറിച്ച് ചിലർ ചോദിക്കുകയും ചെയ്തു.

മൈതാനം വിശ്വാസികളെ കൊണ്ട് തിങ്ങി നിറയുന്നുണ്ട്. ജനക്കൂട്ടം പ്രാർത്ഥിക്കാനായി എഴുന്നേറ്റു. അയാളും അവരെ പോലെ പ്രാർത്ഥന നിർവ്വഹിച്ചു. ഖത്തീബ് പെരുന്നാൾ പ്രഭാഷണം തുടങ്ങി. പരിചയമുള്ള വരെ കണ്ടെത്തിയേക്കുമെന്ന രീതിയിൽ ഇരിക്കുന്നവരുടെ മുഖത്തേക്ക് അയാൾ ഇടക്കിടെ നോക്കി കൊണ്ടിരുന്നു.

ആളുകൾ മൈതാനത്ത് നിന്ന് പുറപ്പെടാൻ തുടങ്ങി. ആകാംക്ഷയോ ടെ അയാൾ തന്റെ സ്ഥലത്ത് ഇരുന്നു. മറ്റുള്ളവരെ നോക്കി. പരസ്പരം കാണും വിധം ഉറ്റു നോക്കി. കണ്ണുകളിൽ നിന്ന് കണ്ണുനീർ ചാലിട്ട് ഒഴുകി. അവരെ ശ്രദ്ധിച്ചു. പക്ഷേ അവർ പരസ്പരം സംസാരിച്ച് പള്ളിയിൽ നിന്ന് പുറത്തേക്ക് നടന്നുകൊണ്ടിരുന്നു.

4

ദു:ഖിതനായി വീട്ടിലേക്ക് മടങ്ങി. ഈന്തപ്പനയുടെ തടിയിൽ ചെവി ചേർത്തു വെച്ചു. മുഷ്ടി ചുരുട്ടി പ്രഹരിച്ചു. തടി ചീന്തി. ദു:ഖത്തേക്കാൾ ദുർബലമായ ബോധ്യം. പിന്നെയും പിന്നെയും അടിച്ചു. തടി പൊള്ളയാ ണെന്ന് ബോധ്യം വരുത്തി അയാൾ മന്ത്രിച്ചു: "എനിക്ക് ദൈവം മതി. എത്ര നല്ല കൈകാര്യ കർത്താവ്".

5

പതിവിന് വിപരീതമായി മേശയ്ക്കു മുന്നിൽ അയാൾ മാത്രം. വിറച്ച രണ്ടു കൈകൾ കൊണ്ട് മാതളനാരങ്ങയും ആപ്പിളും മുറിക്കുന്നുണ്ട്. മിഠായിയിലും "റഹഷ്" മധുര പലഹാരത്തിലും അയാൾ കത്തി ശക്ത മായി നാട്ടി.

കവിളിലെ കണ്ണുനീർ തുടച്ചു വേലക്കാരൻ കടന്നുവന്നു. തൊണ്ടയനക്കി ചോദിച്ചു: "ബാബാ.. എനിക്ക് നല്ല ക്ഷീണമുണ്ട്. ബാബാ.. ഞാനിവിടെ നിൽക്കണോ?. പോയി ഉറങ്ങിക്കോട്ടേ?".

അയാൾ ഒന്നും പറഞ്ഞില്ല. അടുത്തെത്തി അരികിലിരുന്ന് ഭക്ഷണം പങ്കു വെക്കാൻ പറയുന്നതിന് മുമ്പ് തളികയിലേക്ക് ഒന്നു നോക്കി.

"കെറൺകഊ" രാവ്

കെറൺകഊ* ഗാനങ്ങൾ പാടി ഒരു കൂട്ടം കുട്ടികൾ വീടിന്റെ ഹാളിലേക്ക് പ്രവേശിച്ചു. പത്രം വായിക്കുന്നത് നിർത്തി ഞാനത് മടിയിൽ വെച്ചു. അവരെല്ലാവരും നാടോടി വസ്ത്രങ്ങൾ ധരിച്ചിട്ടുണ്ട്. ചില ആൺകുട്ടികൾ തലയിൽ തുണി കൊണ്ടുള്ള ഒരു തരം തൊപ്പിയും അണിഞ്ഞിട്ടുണ്ട്. മറ്റുള്ളവർ തലപ്പാവും തലക്കച്ചയും ധരിച്ചിട്ടുണ്ട്. ചില പെൺകുട്ടികൾ വൈവിധ്യമായ നാടോടി വസ്ത്രങ്ങളും തലയിൽ സ്വർണ്ണ റിബണും ധരിച്ചിട്ടുണ്ട്. അവരെല്ലാവരും കഴുത്തിന് അരികിലൂടെ നെഞ്ചിൽ സഞ്ചികൾ തൂക്കിയിട്ടിരിക്കുന്നു.

കുട്ടികൾ എന്റെ ഉമ്മയെ കണ്ടപ്പോൾ സഞ്ചികൾ തുറന്നു ചുറ്റും ഓടിക്കൂടി. സന്തോഷമവിടെ പ്രത്യക്ഷപ്പെടുന്നത് ഞാൻ കണ്ടു. തെളിഞ്ഞ ആ വലിയ പ്ലാസ്റ്റിക് സഞ്ചിയിൽ ഉമ്മ കൈ തിരുകുന്നത് ഞാൻ ശ്രദ്ധിച്ചു. മിഠായികളെടുത്ത് കുട്ടികളുടെ സഞ്ചികളിലേക്ക് ഇട്ടു കൊടുക്കുകയാണ്.

അവരിൽ ഒരാൾ എന്റെ കുട്ടിയായിരുന്നുവെങ്കിൽ എന്ന് ആഗ്രഹിച്ചു പോയി. ഞങ്ങളുടെ മക്കൾ എല്ലാവരും മുതിർന്നവരായി. ഞങ്ങൾക്ക് ചെറിയ കുട്ടികൾ ഉണ്ടായിരുന്നുവെങ്കിൽ എന്ന് ആഗ്രഹിച്ചു. ഞങ്ങളെത്തന്നെ അവരിൽ കാണാമായിരുന്നു. നമുക്കറിയാത്ത ചില ജ്ഞാനം അവർക്ക് നഷ്ടമായിട്ടുണ്ട്.

നെഞ്ചിൽ കേൾക്കാവുന്ന ശബ്ദത്തിൽ ഞാൻ പറഞ്ഞു:"നിനക്ക് ഞാൻ നൽകിയ വാഗ്ദാനവുമായി മുന്നോട്ട് പോകും. നിന്നെ വെടിയില്ല. മറ്റുള്ളവരുടെ അടുത്തേക്ക് പോകുകയുമില്ല. പരിചരിക്കുന്നതിൽ നിരാശയേതുമില്ല''.

"ദയാലുവായ രക്ഷിതാവേ": ഞാൻ നെടുവീർപ്പിട്ടു.

അവരെ കണ്ടപ്പോൾ എന്റെ വേദന ഓടിയെത്തി. ആ മെലിഞ്ഞ കുട്ടിയിൽ എന്റെ ശ്രദ്ധ പതിഞ്ഞു. വെളുത്ത തൊലി. സൗന്ദര്യം നെറ്റിയിൽ നിന്ന് തോള് വരെ വീണ് കിടക്കുന്ന കറുത്ത മുടിയെ അലങ്കരിക്കുന്നുണ്ട്. കറുത്ത കണ്ണുകൾക്ക് വീതിയും തിളക്കവുമുണ്ട്. ബാക്കിയുള്ളവരിൽ നിന്നും വ്യത്യസ്തൻ. അവൻ മാത്രം ഉമ്മയുടെ അടുത്തേക്ക് വന്നില്ല. അവിടെ തന്നെ നിന്നു. എന്നെയും അവന്റെ സഞ്ചിയും മാറി നോക്കുന്നുണ്ട്. എന്തു കൊണ്ടാണ് ആ നിമിഷം പത്രം മാറ്റി വെച്ചതെന്ന് എനിക്കറിയില്ല.

അവന്റെ അടുത്തേക്ക് പോയി മുന്നിൽ മുട്ടുകുത്തി ഇരുന്നു ഞാൻ ചോദിച്ചു: "നീ ഏത് ക്ലാസിലാണ്?".

അവൻ സ്വമേധയാ ഉത്തരം പറഞ്ഞു: "പ്രൈമറി സ്കൂളിൽ".

ഞാൻ ചിരിച്ചു കൊണ്ട് ചോദിച്ചു: "മാഷാ അല്ലാഹ്. ഏത് ക്ലാസിലാണ്. ഒന്ന്.. രണ്ട്..?. അതോ എന്റെ സഹോദരിയെപ്പോലെ യൂണിവേഴ്സിറ്റിയിൽ?".

ഞാൻ അവന്റെ തലമുടി സ്പർശിച്ചു. പേഴ്സ് പുറത്തെടുത്തു കുറച്ച് പണം പോക്കറ്റിൽ വെച്ചു കൊടുത്തു. ഞാൻ ഇരുന്ന റൂമിലെ നടുക്കുള്ള കസേരയിലേക്ക് തന്നെ തിരിച്ചു പോയി പത്രം എടുത്തു. അവനെയും നോക്കി പത്ര വായന തുടർന്നു. കുട്ടികൾ എന്റെ ഉമ്മയോട് നന്ദി പറഞ്ഞു വീണ്ടും പാട്ട് പാടാൻ തുടങ്ങി. ഹാളിൽ നിന്ന് പുറത്തു പോകുമ്പോൾ മനപ്പൂർവ്വം ഞാനവനെ ശ്രദ്ധിക്കുകയും മംഗളം നേരുകയും ചെയ്തു കൊണ്ടിരുന്നു.

** ഖത്തറിലെയും മറ്റ് അറബ് രാജ്യങ്ങളിലെയും പൈതൃകത്തിന്റെ ഭാഗമായ ജനപ്രിയ ഗാനങ്ങളിലൊന്നാണിത്. അനുഗ്രഹീതമായ റമദാൻ മാസത്തിന്റെ പതിന്നാലാം തീയതി വൈകുന്നേരം ഇത് ആലപിച്ച് കുട്ടികൾ നാടു ചുറ്റാറുണ്ട്.*

കടൽ ഉപേക്ഷിക്കില്ല

മാളിലേക്ക് വരണമെന്ന മകന്റെ അഭ്യർത്ഥനയോട് ആദ്യമായാണ് അയാൾ പ്രതികരിക്കുന്നത്. മൂന്ന് വർഷമായി മുറിയിൽ സ്വയമിരിപ്പാണ്. വീടിന്റെ പൂന്തോട്ടത്തിൽ ഇരിക്കാനോ അല്ലെങ്കിൽ വാഖിഫ് മാർക്കറ്റിലേക്ക് പോകാനോ അതുമല്ലെങ്കിൽ സുഹൃത്തുക്കളോടൊപ്പം ഇരിക്കാറുള്ള മത്സ്യക്കടവിലെ ചായക്കടയിലേക്കോ അല്ലാതെ പുറത്തുപോകാറില്ല.

മകൻ മാളിന്റെ പാർക്കിംഗ് സ്ഥലത്ത് കാർ നിർത്തി. വീൽചെയർ പുറത്തെടുത്തു. കസേരയിൽ ഇരിക്കാനായി അയാളെ സഹായിച്ചു. മാളിന്റെ ഗേറ്റിലൂടെയും ഉള്ളിലൂടെയും നടക്കുമ്പോൾ ചില വിനോദസഞ്ചാരികൾ അയാളെ അഭിവാദ്യത്തോടെ നോക്കി. മകനെ ചിലർ പുഞ്ചിരിയോടെയും മറ്റു ചിലരാകട്ടെ ആദരവോടെയും നോക്കി.

കാഴ്ചയിൽ മടുപ്പ് വന്ന അയാൾ വീട്ടിലേക്ക് മടങ്ങാൻ ആവശ്യപ്പെട്ടു. മാളിന്റെ അകം ബാക്കിയും കാണിക്കാൻ മകൻ ആഗ്രഹം പ്രകടിപ്പിച്ചു. അയാളത് നിരസിച്ചു. മാളിൽ കറങ്ങുന്നതിന് പകരം ഒരു കോഫി ഷോപ്പിൽ ഇരിക്കാൻ മകൻ അനുവാദം ചോദിച്ചു. അയാൾ മനസ്സില്ലാ മനസ്സോടെ സമ്മതിച്ചു.

കോഫി ഷോപ്പിൽ വെയിറ്റർ അടുത്ത് വന്നു.

മകൻ ചോദിച്ചു: "എന്താണ് കുടിക്കുന്നത്?".

"കട്ടൻ ചായ"

"എനിക്ക് ചൂടു ചോക്ലേറ്റ്"

"മനോഹരമായ ഈ സ്ഥലത്തെക്കുറിച്ച് എന്ത് പറയുന്നു?".

"ഇഷ്ടമായില്ല"

"എന്തുകൊണ്ട്?"

അയാൾ മറുപടി പറഞ്ഞില്ല.

മുന്നിലൂടെ നടക്കുന്നവരെ നോക്കി ഇരുന്നു. പിന്നെ മകനെ നോക്കി ചോദിച്ചു: "മോനേ.. നിനക്കറിയോ?.

ഞങ്ങളുടെ വിവാഹദിവസം ഞാൻ നിന്റെ ഉമ്മയെ കണ്ടിരുന്നില്ല. അന്ന് രാത്രിയിൽ അവളുടെ മുഖമാണ് ഒന്ന് കണ്ടത്. ഞാൻ ഓർക്കുന്നു. ദിവസങ്ങൾക്ക് ശേഷം പതിവില്ലാതെ വീട്ടിലേക്ക് മടങ്ങി.

സമയം ഉച്ച കഴിഞ്ഞതായി ഓർക്കുന്നു. രണ്ട് കൈയിലുമുള്ള അമ്പുകുറ്റിയിൽ മത്സ്യവുമായി ഉമ്മയുടെ വീട്ടിലേക്ക് വരികയായിരുന്നു ഞാൻ. മരണപ്പെട്ടു പോയ ഒരു പ്രിയ സുഹൃത്ത് തന്നതാണ്. ദൈവം അവന്റെ ആത്മാവിനെ അനുഗ്രഹിക്കട്ടെ. അന്ന് ഞാൻ നിന്റെ ഉമ്മയെ കണ്ടു. ദൈവം അവളെ അനുഗ്രഹിക്കട്ടെ. ആദ്യമായിട്ട്. വീടിന്റെ മുറ്റത്ത് ഇരുന്ന് മുടി കെട്ടുമ്പോൾ. ഓരോ മുടിക്കെട്ടിലും ഹെയർ ബാന്റുകൾ പിടിപ്പിക്കുന്നുണ്ട്. അവളെ സൂക്ഷിച്ച് നോക്കി ഞാനവിടെ നിന്നു. എന്നെ കണ്ടപ്പോൾ അവൾ അസ്വസ്ഥപ്പെട്ടു.

വാ.. ഈ മത്സ്യം എടുത്തു വച്ചോ എന്ന് പറയുമ്പോഴേക്കും താഴോട്ട് നോക്കി അവൾ പറഞ്ഞു: "ഉം..".

"അതെ. ആ ദിവസങ്ങൾ.. ആ ദിവസങ്ങൾ എത്ര മധുരകരം. സത്യം.. ആ ദിവസങ്ങൾ എത്ര മനോഹരം..!".

"ഇതല്ല. നോക്ക്.. നെഞ്ച് കാണാം.. മേനിയും കാണാം. വസ്ത്രങ്ങൾ ധരിച്ചവരെ പോലെയില്ല. അവർ മൂടുപടം എന്തിനാണ് ധരിക്കുന്നതെന്നും ശരീരം എന്തിനാണ് മറയ്ക്കുന്നതെന്നും എനിക്കറിയില്ല".

"കാലം മാറി. വസ്ത്രങ്ങളും മാറി.. എവിടേക്കാണ് നമ്മൾ നടന്നത്?".

"ഇത് എന്റെ സ്ഥലമല്ല".

"അപ്പോൾ ചായ?".

"മത്സ്യക്കടവിലിരുന്നു കുടിക്കാം".

"ഞാൻ നിന്റെ സ്ഥലത്ത് നൂറു വർഷം ഇരുന്നാലും നീയത് കാണില്ല".

“പക്ഷേ നീയത് കാണാൻ ആഗ്രഹിക്കുന്നുവെങ്കിൽ അവിടെ പോകണം. എല്ലാവരും അവരുടെ ആവാസ കേന്ദ്രം ഉപേക്ഷിക്കും. പക്ഷികൾ.. മത്സ്യങ്ങൾ.. മനുഷ്യർ പോലും. കടലൊഴികെ. അതാവട്ടെ ആവാസ കേന്ദ്രം ഉപേക്ഷിക്കില്ല. അങ്ങനെ ചെയ്താൽ തന്നെ അടുത്ത ദിവസം വെള്ളം കൊണ്ട് അതിശയിപ്പിച്ച് തിരിച്ചു വരും. ആഴങ്ങൾ കൊണ്ട് പ്രലോഭിപ്പിക്കുകയും ചെയ്യും. അങ്ങനെ നിന്റെ ജീവിതം അതിനോട് കടപ്പെട്ടിരിക്കും. സംതൃപ്തനായില്ലെങ്കിൽ വീണ്ടും വരാനായി ക്ഷണിക്കും. അതിനെ നോക്കാതെയും ഗന്ധം ശ്വസിക്കാതെയും നിന്നെ വിട്ടയക്കില്ല”.

അവൻ എഴുന്നേറ്റ് പറഞ്ഞു:”പക്ഷേ കടലിന് ഗന്ധമില്ല”.

“അതെ. നീ കോഫി ഷോപ്പിൽ കേൾക്കുന്ന വാക്കുകളൊന്നും മനസ്സിലാകാത്ത നാടൻ പാട്ടുകൾ എനിക്ക് തലവേദന ഉണ്ടാക്കുന്നുണ്ട്”.

“അതെ”.

“നിങ്ങളുടെ ആഗ്രഹം പോലെ”.

മാളിൽ നിന്ന് പുറത്തു കടക്കുമ്പോൾ അതേ രംഗം ആവർത്തിച്ചു. അയാൾ ആളുകളെ നോക്കി താഴ്ന്ന ശബ്ദത്തിൽ പഴയ കാലത്തെ നാടൻ പാട്ട് പാടിക്കൊണ്ടിരുന്നു.

ചില വിനോദസഞ്ചാരികൾ അയാളെ പുഞ്ചിരിയോടെയും മകനെ ബഹുമാനത്തോടും അഭിനന്ദനത്തോടും നോക്കുന്നുണ്ട്. അയാൾ ഇരിക്കുന്ന വീൽചെയർ അവൻ തള്ളുന്നത് അവർ നോക്കി കാണുന്നുമുണ്ട്.

■

വെള്ളയിൽ പരക്കുന്ന ചുവപ്പ്

ഒരു വെളുത്ത പ്രാവ് കൂടിന്റെ അരികിൽ നിൽക്കുന്നു. വെടിയേറ്റ മുറിവ് കാരണം വലതു ചിറകിൽ നിന്ന് രക്തം സ്രവിക്കുന്നുണ്ട്. പക്ഷികളെ വേട്ടയാടാൻ ഇഷ്ടപ്പെടുന്നവർ ഒത്തിരിയാണ്.

അകം നിറക്കാനും അല്ലെങ്കിൽ സ്വയം വിനോദിക്കാനും അതുമല്ലെങ്കിൽ ഭൂമിയിൽ തന്റെ പരമാധികാരം ഉറപ്പു വരുത്താനുമായി മനുഷ്യനിൽ വേരൂന്നിയ ആഗ്രഹമാണത്. അവന്റെ പ്രവൃത്തി കാരണം അപരന് വരുന്ന വേദന അവൻ കാര്യമാക്കുന്നില്ല. ഗൗനിക്കുന്നില്ല.

പക്ഷേ തനിക്കാവശ്യമുള്ളത് നേടുകയും സന്തോഷം പങ്കു വെക്കുകയും ചെയ്യുന്നതു വരെ എല്ലാ ശ്രമങ്ങളും വിജയിക്കില്ല. കുഞ്ഞുങ്ങളെ പോറ്റുന്ന തിരക്കിൽ മുറിവേറ്റ ഈ പ്രാവിനെപ്പോലെ പക്ഷികൾ ജീവിതയാത്ര നിർത്താറുമില്ല. കുട്ടികൾ ഉറങ്ങുന്നതുവരെ ആത്മാവ് നിശ്ചലമാകുന്നത് വരെ മറ്റൊരു ചിറകിൽ അതിനെ പൊതിഞ്ഞ് വെച്ചു കൊണ്ടിരിക്കും.

മാംസവും രക്തവുമുള്ള അവസാനമനുഷ്യൻ

1

വർഷങ്ങളായി സൂര്യ താപവും സമുദ്ര ജലവും ഏറ്റ് തവിട്ട് നിറമായി മാറിയതാണ് അയാൾ. മുഖത്ത് മുഖക്കുരുവും ചർമ്മ കുലകളുമുണ്ട്. പുതുതായി തുറന്ന ഫാസ്റ്റ് ഫുഡ് ഹോട്ടലിന് മുന്നിൽ അയാൾ ഇരുന്നു. തുണി വിരിച്ചു. അതിൽ തോൽക്കെട്ടും ഉറങ്ങാനുള്ള കൂടാരവും വെച്ചു. പ്രത്യേക ചെമ്പ് ആണികൾ കൊണ്ട് അലങ്കരിച്ച ആ കൂടാരം മുത്തച്ഛനിൽ നിന്ന് പാരമ്പര്യമായി കിട്ടിയതാണ്.

വഴി യാത്രക്കാരെ ഉത്സാഹത്തോടെ അയാൾ നിരീക്ഷിക്കും. ദിവസങ്ങൾ കടന്നു പോയി. ഹോട്ടലിലേക്കുള്ള സന്ദർശകരുടെ എണ്ണത്തിൽ വർദ്ധനവുണ്ടായപ്പോൾ അയാൾ സന്തോഷിച്ചു. എന്നാൽ അപൂർവ്വമായേ അയാളുടെ അടുത്തേക്ക് ആരെങ്കിലും വന്നിരുന്നുള്ളൂ. ഈ അപൂർവ സന്ദർഭങ്ങളിൽ ഭൂരിപക്ഷം പേരും അയാളുടെ അടുത്ത് വന്ന് ഷൂ പോളിഷ് ചെയ്യാൻ ആവശ്യപ്പെടും.

2

ഹോട്ടൽ അടച്ച ഒരു സായാഹ്ന സമയത്ത് സൗജന്യമായി കിട്ടിയ അത്താഴം കഴിക്കാൻ തുടങ്ങിയപ്പോൾ ഒരു നായ അടുത്തെത്തി അയാ

ളെയും ഭക്ഷത്തെയും നിലവും മാറി നോക്കി. എന്താണെന്ന് അറിയാതെ അയാൾ സങ്കടപ്പെട്ടു. ദൂരത്തേക്ക് ഏതാനും എല്ലുകൾ എറിഞ്ഞു കൊടുത്തപ്പോൾ നായ പുറകിലായി ഓടി. നായ ഇടക്കിടെ അയാളെയും എല്ലുകളും നിലവും നോക്കിക്കൊണ്ടിരുന്നു.

3

ദിവസങ്ങൾ നിരവധി കടന്ന് മാസങ്ങളായി. ആരും അയാളുടെ അടുത്തെത്തിയില്ല. നിരാശനായില്ല. ദീർഘനാളത്തെ കാത്തിരിപ്പ് വിരസമായില്ല. അയാൾ അവിടെ വരുന്ന ആളുകളുടെയും ഭാര്യമാരുടെയും മക്കളുടെയും കാൽപാടുകൾ പിന്തുടർന്നു. വിരസത ആഴത്തിലേക്ക് കയറുകയാണെങ്കിൽ "എല്ലാത്തിനും ദൈവത്തിന് സ്തുതി" എന്ന് ആവർത്തിച്ചു കൊണ്ടിരിക്കും.

4

വർഷങ്ങൾക്കു ശേഷം പതിവായി വരുന്ന ആളുകളുടെ കുറവ് കാരണം അയാൾ തന്റെ ജോലി ഏറെക്കുറെ മറന്നു. പക്ഷേ അതിനെക്കുറിച്ച് കൂടുതൽ ശ്രദ്ധിച്ചില്ല. ഭക്ഷണം ഹോട്ടലിൽ നിന്ന് പതിവായി കിട്ടുന്നതിനാൽ ആശ്വാസവും തോന്നി. ഒപ്പം അപൂർവ്വമായി മാത്രം കാണാതാവുന്ന നായ ഉണ്ടെന്നതിനാൽ സുരക്ഷിതത്വവും തോന്നി. ആളുകളെ നോക്കി മടുപ്പും വന്നില്ല. ഹോട്ടലിന് മുന്നിൽ നിർത്തുന്ന വിലകൂടിയ കാറുകളിൽ നിന്ന് മിക്കവാറും വീട്ടു ജോലിക്കാരോടൊപ്പം കുട്ടികൾ പുറത്തിറങ്ങും. കാർ നിർത്തുന്നില്ലെങ്കിൽ കുട്ടികളെ ഹോട്ടലിന്റെ ജനലിന്റെ പിന്നിലൂടെ നോക്കി കളിയിൽ ആനന്ദിക്കും. കുട്ടികളെ ഭക്ഷണം കഴിപ്പിക്കാനുള്ള വീട്ടു ജോലിക്കാരുടെ സാഹസം അയാളെ പരിഭ്രമിപ്പിക്കും. എന്നിട്ട് അയാൾ പതുക്കെ പറയും: "എല്ലാത്തിനും ദൈവത്തിന് സ്തുതി".

5

വർഷങ്ങൾ ഈ അവസ്ഥയിൽ കടന്നുപോയി. തുണിക്കഷ്ണത്തിന്റെ കറുപ്പ്, മുനിസിപ്പാലിറ്റി അയാൾക്ക് സമ്മാനിച്ച കൃത്രിമ മരം കൊണ്ട് നിർമ്മിച്ച ലംബാകൃതിയിലുള്ള സ്റ്റാൾ എന്നിവയല്ലാതെ മറ്റൊന്നും മാറിയിട്ടില്ല.

അതിനകത്ത് ഇരിക്കാൻ മുനിസിപ്പാലിറ്റി ആവശ്യപ്പെട്ടെങ്കിലും അനുസരിച്ചില്ല. മുനിസിപ്പാലിറ്റി ജീവനക്കാർ ആവർത്തിച്ച് മുന്നറിയിപ്പ് നൽകിയിട്ടും ഭീഷണിപ്പെടുത്തിയിട്ടും ബന്ധിതനായി ജീവിക്കാൻ ആവില്ലെന്ന് അയാൾ പറഞ്ഞു.

ദുഃഖത്തോടെ പരിതപിച്ചു: ''ബന്ധിത ജീവിതത്തിനായി സൃഷ്ടിക്കപ്പെട്ടവനല്ല ഞാൻ. സ്രാവുകളെ അഭിമുഖീകരിക്കാനും കടലിന്റെ കുടലിൽ നിന്ന് വേർതിരിച്ചെടുക്കാനും കുടുംബവും പ്രിയപ്പെട്ടവരുമായി വേർപിരിയാനും നിർബന്ധിതനായവനാണ് ഞാൻ".

"ഹൊ.. നിരവധി മാസങ്ങൾ. നെഞ്ചിൽ എന്താണുള്ളതെന്ന് നിങ്ങൾ

ക്കറിയാമെങ്കിൽ ഒരു മനുഷ്യനെ തളർത്തുന്നത് എന്തിനാണ്?. കാണാൻ ഇഷ്ടപ്പെടാത്തത് കാണാൻ പറയുന്നു. മാറാൻ ഇഷ്ടപ്പെടുന്നുവെങ്കിലും സാധാരണപ്പോലെ മാറാൻ കഴിയില്ല".

രണ്ടാമൻ ഉറപ്പിച്ച് പറഞ്ഞു: ''ഓ.. ഇത് ബന്ധനമല്ല. മറിച്ച് വിനോദ സഞ്ചാരികൾക്കും സന്ദർശകർക്കും മുന്നിൽ നഗരത്തിന്റെ ഭംഗി സംരക്ഷിക്കാൻ വേണ്ടിയാണ്. പൊടിയിൽ നിന്നും മഴയിൽ നിന്നും നിങ്ങളെ സംരക്ഷിക്കാനുമാണ്".

കവിളിലൂടെ കണ്ണുനീർ പൊഴിച്ചു അയാൾ ഖണ്ഡിച്ചു: "നിങ്ങൾ പൊയ്ക്കോളൂ.. ദൈവം നോക്കും".

അയാൾ ആളുകളെയും കാറുകളും കെട്ടിടങ്ങളും തെരുവ് വിളക്കുകളും നോക്കിയിരുന്നു. നായയാവട്ടെ അയാളെ തുറിച്ചു നോക്കുകയും മുതുക് നക്കുകയും ചെയ്യുന്നുണ്ട്.

അമ്പരപ്പിക്കുന്ന ചോദ്യങ്ങൾ ഉയർത്തി മുമ്പിലൂടെ കടന്നു പോകുന്നവരെ അയാൾ വീണ്ടും നോക്കി. എന്തിനാണ് ആളുകൾ തിരക്കിൽ കഴിയുന്നത്?. അയാളുടെ മുന്നിലൂടെ ഓടുകയും ഹോട്ടലിന് മുന്നിൽ നിൽക്കുകയും ചെയ്യുന്ന ആഡംബര കാറുകൾ അയാളുടെ കണ്ണിൽ പതിഞ്ഞു. ഒറ്റയ്ക്ക് പുറത്ത് വരുന്ന കുട്ടികളെ അയാൾ ശ്രദ്ധിച്ചു. എന്തുകൊണ്ടാണ് വീട്ടുജോലിക്കാർ അവരുടെ കൂടെ വരാത്തതെന്ന് മനസ്സിലായില്ല. ഹോട്ടലിന്റെ ഗ്ലാസിന് പുറകിലൂടെ അവരെ നോക്കി. അവരുടെ ചിരിയും മനസ്സിലാകാത്ത സംഭാഷണങ്ങളും വറ്റാത്ത കണ്ണുനീരൊഴുക്കും നാട്ടിലെ പാട്ടു പോലെ അയാൾക്ക് ഇപ്പോൾ കേൾക്കാം.

ജനം എന്തു കൊണ്ടാണ് അയാൾക്ക് അഭിവാദ്യം നേരാത്തത്?. എന്തുകൊണ്ടാണ് മിക്ക അപരിചിതരും തന്റെ തടി പെട്ടി നോക്കി പുഞ്ചിരിച്ചു കടന്നു പോകുന്നത്?. പ്രശ്നം വല്ലതും പൊട്ടിപ്പുറപ്പെട്ടാൽ അയാൾക്ക് നായയെ കുറ്റപ്പെടുത്താനെ കഴിയൂ?. അയാൾക്ക് നായയെ മടുത്തില്ല. അവിടെ വിട്ടു പോകാനും ഒറ്റക്ക് വിടാനും ആഗ്രഹിക്കാത്തത് എന്തുകൊണ്ടാണ്?.

6

അയാളുടെ ആരോഗ്യം മോശമായി. ശൈത്യകാലത്ത് കൂടുതൽ വഷളായി. കടലാസ് ചട്ടകൊണ്ട് പൊതിഞ്ഞ് സ്വയം മറച്ചുവെച്ച് തണുപ്പിൽ നിന്ന് രക്ഷപ്പെടാനേ അയാൾക്ക് ആയിരുന്നൊള്ളൂ. തണുപ്പ് ശക്തമായപ്പോൾ നിലത്ത് ഉരുണ്ട് പിടയുന്ന കൈകൾ മാത്രം കാണാം.

ഒരാഴ്ച കഴിഞ്ഞപ്പോൾ കൈ വിറയലും അവസാനിച്ചു. എന്നാൽ നായ അവിടം വിട്ട് പോയില്ല. അയാൾ മൂത്രമൊഴിക്കുന്ന സമയത്ത് പോലും ശരീരം നക്കിയും അലയുന്ന എലികളിൽ നിന്ന് സംരക്ഷണം നൽകിയും കൂടെ

ഉണ്ടായിരുന്ന നായ ഓടുന്നവരുടെ നേർക്ക് മാത്രമേ കുരച്ചിരുന്നൊള്ളൂ.

ആഴ്ചകൾക്ക് ശേഷം നായ ഭ്രാന്തമായി കുരച്ചപ്പോൾ ക്ലീനിംഗ് ജോലിക്കാരൻ അയാളെ ശ്രദ്ധിച്ചു. അടുത്തേക്ക് പോയി. സഹ പ്രവർത്തകനെ വിളിച്ചു. തുണി കൊണ്ട് പൊതിഞ്ഞ് അയാളെ വാഹനത്തിലേക്ക് നീക്കി. വാഹനത്തിലേക്ക് നീക്കുമ്പോൾ തുണിയിൽ നിന്ന് ഭക്ഷണം വീഴുകയായിരുന്നു. മൂന്ന് ഇരുമ്പ് കഷ്ണങ്ങൾ കൊണ്ട് എതിർ ഘടികാരദിശയിൽ കറക്കി അയാളുടെ ശരീരം വാഹനത്തിന്റെ മാലിന്യപാത്രത്തിന്റെ വായിലേക്ക് എറിഞ്ഞു.

ഹോട്ടലിന്റെ വശത്തായുണ്ടായിരുന്ന മറ്റ് മാലിന്യങ്ങളും കയറ്റി. വാഹനത്തിന് പുറകിൽ ഓടി കുരക്കുന്ന നായയെ മാറ്റാതെ തന്നെ അവർ തുടർന്നു.

മാലിന്യ വാഹനത്തിന് പിന്നിലുള്ള വാഹനങ്ങളുടെ എണ്ണം വർദ്ധിച്ചത് കാരണം ഡ്രൈവർമാർ വേഗത കുറയ്ക്കാൻ നിർബന്ധിതരായി. മാംസവും അസ്ഥിയും അതിന്റെ ഉടമയുമായും കുപ്പയുമായുമായി കലർത്താനായി നായ വാഹനത്തിന്റെ മാലിന്യപാത്രത്തിന്റെ വായിലേക്ക് ചാടുന്നതുവരെ ആ രംഗം ഗംഭീര ഘോഷയാത്രയായിരുന്നു.

■

വിദൂരതയുടെ നുറുങ്ങുകൾ

1

കത്തുന്ന കാറ്റ്. ഉച്ചയുടെ ചൂടിൽ നിന്നും രക്ഷപ്പെടാനായി മെലിഞ്ഞ ശരീരങ്ങൾ പള്ളിയിൽ നിന്ന് പുറത്തു കടന്ന് ജോലികളിലേക്കും വീടുകളിലേക്കും തിരിക്കുന്നു. പുറത്തേക്ക് വരുന്നവരിൽ അറുപതോളം പ്രായമുള്ള ഒരു ആൾ രൂപമുണ്ട്. കാഴ്ചയില്ലാത്ത കമാനാകൃതിയിലുള്ള ഒരാൾ. നിലത്ത് കുത്തി വടിയിൽ ചാഞ്ഞ് നിൽപ്പാണ്.

മൂർച്ചയുള്ള ശബ്ദം അവന്റെ വഴി മാറ്റും. പിന്നെ ഉപ്പയുടെ കൽപ്പന നിറവേറ്റുന്നതിനായി കുട്ടിക്കാലം മുതൽ സഞ്ചരിച്ചിരുന്ന അതേ വഴിയിലേക്ക് തിരിക്കും. അദ്ദേഹത്തിന്റെ അവസാന നാളുകളിൽ പ്രാർത്ഥനയ്ക്ക് കൊണ്ടു പോയ ഉപ്പയുടെ വഴി. രോഗം കൊണ്ടോ മുത്തുകൾ ശേഖരിക്കാൻ കടലിൽ പോയാലോ അല്ലാതെ അതിൽ മാറ്റമില്ലായിരുന്നു.

മുക്കുവരിൽ നിന്ന് ഉപ്പയെക്കുറിച്ച് കേട്ടത് ഓർത്തപ്പോൾ അവൻ പുഞ്ചിരിച്ചു. മുത്തുകൾക്കായി സീസൺ സമയങ്ങളിൽ യാത്ര ചെയ്യാൻ ഉപ്പാക്ക് മടിയുണ്ടായിരുന്നില്ല. സ്രാങ്കിന്റെ ചുമതല ഏൽപ്പിച്ച ദിവസം വരെക്കും അങ്ങനെ ജീവിച്ചു.

കടലിന്റെ ആഴങ്ങളിൽ നിന്നും മുത്തുകൾ പുറത്തെടുക്കാനായി

ഒത്തിരി സമയം ചെലവഴിക്കും. എന്നിട്ടത് പാത്രത്തിൽ സൂക്ഷിക്കും. അത്രയും സമയം മറ്റുള്ളവർ ഭയപ്പെട്ടിരിക്കും. പൊങ്ങി വരാതെ അവർ വിശ്രമിക്കുകയില്ല. പലപ്പോഴും ആകാശത്ത് എത്തുന്ന ഉച്ചത്തിൽ ശബ്ദ വുമായി കടലിന്റെ ആഴത്തിൽ നിന്ന് മുകളിലേക്ക് വരും. സ്രാങ്ക് കയർ വലിച്ചെടുക്കുകയും കൈകൾ നീട്ടി പൊക്കുകയും ചെയ്യും. ചിലപ്പോൾ ചിരിക്കുകയും വീണ്ടും മുങ്ങാൻ തുനിയുകയും ചെയ്യും. അതിനായി ഉപ്പ ബോട്ടിൽ കയറി ഇരിക്കും. ഇത് കണ്ട് മറ്റുള്ളവർ അമ്പരന്നു പോകും.

ചർമ്മത്തിലും കാലിലും നെടുവീർപ്പിലും കാണുന്നത് അവിശ്വസിച്ച് അവർ നോട്ടവും വാക്കുകളും കൈമാറ്റം ചെയ്യും. മറ്റെന്തെങ്കിലും ഓർമി ക്കുമ്പോൾ ഉപ്പ ഒരു ദീർഘനിശ്വാസം എടുക്കും.

കൊച്ചുസഹായിയായി ഉപ്പ അവനെ ജോലിക്ക് കൊണ്ടുപോയ ദിവസം പതിവു പോലെ മുങ്ങി. ഉപ്പ പിന്നെ പൊങ്ങിയില്ല. കടൽ ചെടി ഉപ്പയെ വശീകരിച്ചെന്നും അവൾ ഉപ്പയെ സുഹൃത്തായി എടുത്തുവെന്നും ദിവസങ്ങൾ കടന്നു പോയപ്പോൾ പരന്നു. മുക്കുവരിൽ ഒരാൾ പറഞ്ഞു: “ഒരു വലിയ മുത്തുച്ചിപ്പിയിലേക്ക് നോക്കുന്നതായി സ്വപ്നത്തിൽ ഞാൻ കണ്ടിരുന്നു”.

അവനതിൽ സംശയം പ്രകടിപ്പിച്ചു.

“സ്വയം മറന്ന് അലഞ്ഞു ഇപ്പോഴും മുത്തുച്ചിപ്പികൾ ശേഖരിക്കുകയാ യിരിക്കും”: രണ്ടാമൻ മറുപടി നൽകി.

ഉപ്പയുടെ ഓർമ്മ കണ്ണുനീർ പൊഴിച്ചു. കാലിൽ ഭാരം അനുഭവപ്പെ ടുന്നതായി തോന്നി. ഒരു സ്ഥലത്ത് ഇരുന്നു. കടലിലേക്ക് അവനെ വിടില്ലെന്ന് ഉമ്മ സത്യം ചെയ്തത് ഓർമിച്ചപ്പോൾ ദുഃഖം ഇരട്ടിയായി. മനസ്സില്ലാ മനസ്സോടെ സമ്മതിക്കുകയും ഒരു മരതക കച്ചവടക്കാരന്റെ ജോലിയിൽ സംതൃപ്തനാവുകയും ചെയ്തു. മോഷണാരോപണത്തിൽ കടയിൽ നിന്ന് പുറത്താക്കിയത് അവൻ ഓർത്തു പോയി.

ജീവിതത്തിന്റെ ദൗർലഭ്യതയെയും ഏകാന്തതയെയും എതിർത്ത് ഉമ്മ മരിക്കുന്നതു വരെ ഈ അവസ്ഥയിൽ തുടർന്നു. കടൽ ചെടി ഉപ്പയോടൊ പ്പം കറങ്ങുന്നത് വെറുത്ത് ഉമ്മയുടെ മരണം വേഗതയിലായി. കറുപ്പിന്റെ മാസ്മരികതയോട് പ്രതികാരം ചെയ്യാൻ അങ്ങനെ തീരുമാനിച്ചു.

2

കനത്ത പുകയും പറക്കുന്ന കല്ലുകളും തള്ളി ഒരു മഞ്ഞ കാർ വന്നത് അവന്റെ ഭൂതകാലം ഉണർത്തി. മുഖം പുറകിലേക്ക് തള്ളി. ഡ്രൈവർ വീടിന് മുന്നിൽ നിർത്തുന്നതു വരെ നടന്നു കൊണ്ടിരുന്നു. പുറത്തിറങ്ങി ഉറക്കെ “ഹായ് ബാബ” എന്ന് വിളിച്ച് വീടിനകത്തേക്ക് പ്രവേശിച്ചു.

കൊടുങ്കാറ്റിന്റെ ഇരമ്പൽ

1

ശക്തമായ മഴ. എഴുപതോളം പ്രായമുള്ള മെലിഞ്ഞ് തവിട്ടു നിറമുള്ള ഒരു മനുഷ്യൻ. നഗരത്തിന്റെ പ്രാന്തപ്രദേശത്ത് സ്ഥിതിചെയ്യുന്ന ആ പള്ളിയുടെ പുറം വാതിലിനരികിൽ ഇരിക്കുകയാണ്. മിന്നൽപ്പിണരുകൾ കണ്ട് മഴയിൽ കൂട്ടുകാരോടൊപ്പം കളിച്ച കുട്ടിക്കാല ഓർമ്മകൾ മനസ്സിൽ പുനരുജ്ജീവിപ്പിക്കുകയാണ് അയാൾ.

ഒരിക്കൽ ഉപ്പ അടി തരുമെന്ന് ഉറക്കെ അട്ടഹസിച്ചപ്പോൾ വീട്ടിലേക്ക് ഭയന്ന് ഓടി. തന്നിലേക്ക് വരുന്ന കോപ പ്രളയത്തിൽ നിന്ന് ഉമ്മയിൽ അഭയം തേടി.

മഴ വർദ്ധിച്ചു. ഉപ്പയുടെ ദേഷ്യത്തെ കുറിച്ച് ആലോചിച്ചു അവൻ തല മതിലിലേക്ക് ചായ്ച്ചു. ഉപ്പയെ വീണ്ടും ഓർമിച്ചപ്പോൾ ചിരിവന്നു. അലർച്ചയിൽ നിന്ന് അവൻ അനുഭവിച്ച ഭയപ്പാടും "നീയാണ് അവന്റെ സ്വഭാവം നശിപ്പിക്കുന്നത്" എന്ന ഉമ്മയോടുള്ള അട്ടഹാസവും "കാര്യങ്ങളറിയാത്ത ചെറിയ കുട്ടിയാ. അവനല്ലാതെ നമുക്ക് ആരാ ഉള്ളത്" എന്ന ഉമ്മയുടെ മറുപടിയും.

2

ഇടിയും മിന്നലും ശക്തമായ മഴയും. കാലാവസ്ഥ കൂടുതൽ തണുക്കുന്നു. കാൽ മുട്ടുകൾ നെഞ്ചിൽ തൊട്ടു സ്വയം മറയ്ക്കുകയാണ്. കുട്ടികൾ അവനെ പരിഹസിക്കുന്നുണ്ട്. ചിലർ മുന്നിലൂടെ ഓടുന്നു. മറ്റു ചിലർ വലതു കാലിന്റെ അറ്റത്ത് ചവിട്ടാൻ ധൈര്യപ്പെടുന്നു. വേദനയുടെ തീവ്രതയിൽ നെടുവീർപ്പിടുകയും അവരോട് ചെയ്യല്ലേ എന്ന് വിളിച്ചു പറയുകയും ചെയ്യുന്നുണ്ട്. പള്ളി മതിലുകൾക്ക് പുറത്ത് കളിക്കാൻ ആവശ്യപ്പെടുകയും ചെയ്യുന്നുണ്ട്. കുട്ടികൾ ഗൗനിക്കുന്നില്ല. ഒരു പൂച്ചയെ കാണുന്നത് വരെക്കും കുട്ടികൾ അവനെ ഉപദ്രവിച്ചു കൊണ്ടിരുന്നു.

കണ്ണിന് പരിക്കുള്ള കുഞ്ഞിനെ മഴയിൽ നിന്നും തണുപ്പിൽ നിന്നും സംരക്ഷിക്കാൻ ഒരിടം തേടുകയാണ് പൂച്ച. ഒരുവൻ പൂച്ചയെ വട്ടമിട്ടു അട്ടഹസിച്ചു. പൂച്ച പേടിച്ച് നിന്നു. മറ്റു കുട്ടികളും ചുറ്റും കൂടി. ഒരാൾ കല്ല് എടുത്തപ്പോൾ പൂച്ച പിൻവാങ്ങി. കല്ല് താടിയെല്ലിൽ തട്ടി. മറ്റൊരാൾ കാലുകൊണ്ട് തൊഴിച്ചു. വായുവിൽ പാറി നിലത്ത് വീണു. തന്റെ കുഞ്ഞിനെ രക്ഷിക്കാനായി ശ്രമിച്ചു നോക്കി. കുട്ടികൾ വീണ്ടും അട്ടഹസിച്ചു.

ഒരാൾ പള്ളിയിൽ നിന്ന് പുറത്തു കടന്ന് അവരെ ശകാരിച്ചപ്പോഴാണ് രക്ഷപ്പെട്ടത്. അയാൾ പൂച്ചയുടെ അടുത്തേക്ക് വന്നു പറഞ്ഞു: “കരുണയില്ലാത്ത വർഗ്ഗം”.

3

മഴയില്ല. മിന്നലില്ല. ഇടിയും തണുപ്പുമില്ല. മനുഷ്യരെ കാണാനില്ല. പൂർണ്ണ ശാന്തത. വിരസത. പള്ളിക്കുള്ളിലുള്ളവരാണ് രക്ഷപ്പെടുത്തിയത്. സഹായിച്ചവർക്ക് നന്ദിയും നല്ല സന്തതികളെ നൽകാനും പ്രാർത്ഥിച്ചു.

അയാളുടെ അവസ്ഥ മാറി. തവിട്ടു നിറമുള്ള സുന്ദരനായ ഒരു ചെറുപ്പക്കാരൻ. അടുത്തെത്തി പോക്കറ്റിൽ നിന്ന് പണം പുറത്തെടുത്തു അയാൾക്ക് സമ്മാനിച്ച ആ നിമിഷം അവരുടെ കണ്ണുകൾ കൂട്ടിമുട്ടി. എന്ത് പറയണമെന്നും ചെയ്യണമെന്നുമറിയാതെ ആശയക്കുഴപ്പത്തിലായി. അയാളാവട്ടെ നിർവികാരനായി തറയിൽ നിന്നും നാണയ തുട്ടുകളെടുത്ത് മകന്റെ മുഖത്തേക്ക് എറിഞ്ഞു.

സമ്മാനം

1

തുടർച്ചയായി രണ്ടാം വർഷമാണ് അയാൾക്ക് മാതൃകാ ജീവനക്കാരനുള്ള അവാർഡ് ലഭിക്കുന്നത്. ആദരിക്കുന്ന ചടങ്ങിൽ ആദ്യമായാണ് പുതിയ മാനേജർ പങ്കെടുക്കുന്നത്. കമ്പനിയുടെ മാനേജറിൽ നിന്ന് അവാർഡ് സ്വീകരിക്കുന്നതിനിടെ അയാൾ കൈയ്യടിച്ചു. തന്റെ ജീവനക്കാരിൽ ഒരാൾ അവാർഡിന് അർഹനായതിനാൽ താൻ വളരെ സന്തുഷ്ടനാണെന്ന് അധ്യക്ഷപ്രസംഗം നടത്തിയപ്പോൾ അയാൾ പറഞ്ഞു. സർവീസിൽ അയാൾക്ക് ബോണസ് ആവശ്യപ്പെടുമെന്ന് പരസ്യമായി പ്രഖ്യാപിച്ചു. വരുന്ന വർഷം അവാർഡ് ലഭിക്കുന്ന പക്ഷം സ്ഥാനക്കയറ്റം നൽകുമെന്ന് വാഗ്ദാനവും ചെയ്തു.

2

അടുത്ത ദിവസം രാവിലെ മറ്റുള്ളവരെപ്പോലെ അയാൾ മീറ്റിംഗ് റൂമിലേക്ക് പോയി. മുന്നോട്ട് വന്ന് തന്റെ അരികിൽ ഇരിക്കാൻ മാനേജർ നിർദ്ദേശിച്ചു. നന്ദി അറിയിച്ചു സഹപ്രവർത്തകർക്കൊപ്പം ഇരുന്നു. മാനേജർ നിർദ്ദേശം ആവർത്തിച്ചു. അദ്ദേഹത്തിന് അഭിവാദ്യം അർപ്പിച്ചു അരികിലേക്ക് ചെന്നു.

തന്റെ മേധാവിയെയും പങ്കെടുത്തവരെയും നോക്കിക്കൊണ്ട് അയാൾ വികാരാധീതനായി ഇരുന്നു. മാനേജർ തൊണ്ടയനക്കി. എല്ലാവരും അയാളെ നോക്കി. മാതൃക ജീവനക്കാരനെ വീണ്ടും സ്വാഗതം ചെയ്തു. അയാളുടെ മാതൃക പിന്തുടരണമെന്ന ആഗ്രഹം പങ്കുവെച്ചു. മീറ്റിംഗിന്റെ ഉദ്ഘാടനം ചിരിച്ചും കരഞ്ഞും ശരത്കാല മരങ്ങളുടെ ഇലകൾ പോലെ കസേരകൾക്ക് മുകളിൽ വീണു തമാശയോടെ അവസാനിച്ചു. മാതൃകാ ജീവനക്കാരൻ തന്റെ സ്ഥലത്ത് മുഖം ചുളിച്ച് ഇരിപ്പാണ്.

3

മൂന്നാം ദിവസം ഒരു പുതിയ പ്രോജക്റ്റിന്റെ ആശയവുമായി അയാൾ മാനേജറുടെ അടുത്ത് ചെന്നു. അഭിവാദ്യത്തിനു ശേഷം പുഞ്ചിരിയോടെ പറഞ്ഞു: "കമ്പ്യൂട്ടറിന് മാസ്മരികത ഉണ്ട്. കാര്യങ്ങൾ ഭംഗിയായി ക്രമീകരിക്കാനാവും. നന്നായി ജോലിയെടുക്കും".

അദ്ദേഹം ഇടക്ക് കയറി പറഞ്ഞു: ''പഠനത്തിനായി ഫയൽ വിടൂ".

4

തുടർന്നുള്ള ദിവസങ്ങളിൽ ഇടക്കിടെ അയാൾ തന്റെ പുതിയ പ്രോജക്റ്റിനെക്കുറിച്ച് ഒരു പ്രയോജനവുമില്ലാതെ അന്വേഷിച്ചുകൊണ്ടിരുന്നു. ഒരു അവസരത്തിൽ പ്രോജക്റ്റിനെക്കുറിച്ച് ചോദിച്ചപ്പോൾ മാനേജർ ഓഫീസ് സെക്രട്ടറിയോട് ചർച്ചചെയ്യാൻ ആവശ്യപ്പെട്ടു.

5

മൂന്നു മാസത്തിനു ശേഷം അനുമതിയോടെ മാത്രമേ മാനേജറുടെ അടുത്തേക്ക് പ്രവേശിക്കാൻ അയാൾക്ക് കഴിഞ്ഞുള്ളൂ. തുടർന്ന് അയാൾക്ക് ഓഫീസ് സെക്രട്ടറി മുഖേന ആശയങ്ങളും കത്തിടപാടുകളും സമർപ്പിക്കാൻ മാനേജർ ഉത്തരവ് പുറപ്പെടുവിച്ചു.

സർക്കുലർ അയാളെ അത്ഭുതപ്പെടുത്തി. മാനേജറെ കാണണമെന്ന് ആവശ്യപ്പെട്ടു. അയാളുടെ ആവശ്യം നേരിട്ടും രേഖയായും തള്ളി. തന്റെ ആഗ്രഹം നിർവഹിക്കാനായി വീണ്ടും നിർബന്ധിച്ചു.

ദിവസങ്ങൾ കടന്നു പോയി. അഗ്നിപർവ്വതം പൊട്ടിത്തെറിച്ച് മുഖത്ത് ലാവയാകുകയും "സേവനത്തിന് നന്ദി" എന്ന് എഴുതിയ ഒരു പേപ്പർ ലഭിക്കുകയും ചെയ്തതല്ലാതെ അയാളുടെ ദൃഢനിശ്ചയം അവസാനിച്ചതേയില്ല.

വിളവെടുപ്പിന്റെ ദിവസം

1

കാർ നിർത്തി. അയാളും ഭാര്യയും ഇറങ്ങി മാളിലേക്ക് നടന്നു. ഒരു കൂട്ടം കുട്ടികളിൽ അയാളുടെ ശ്രദ്ധ പതിഞ്ഞു. പ്രവേശന കവാടത്തിന് മുന്നിൽ ഇരിക്കുന്ന ആളുകൾക്ക് അടുത്തേക്ക് ഒരാൾ നായയെ തള്ളിവിടുന്നുണ്ടായിരുന്നു. ഒരുപക്ഷേ പൊള്ളയായ വയറ്റിൽ നികത്താവുന്ന എന്തെങ്കിലും കണ്ടെത്തിയേക്കാം എന്ന ഭാവത്തിൽ നായ വലത്തോട്ടും ഇടത്തോട്ടും നോക്കിക്കൊണ്ടേയിരുന്നു.

2

മാളിന്റെ പ്രവേശന കവാടത്തിൽ പെട്ടെന്ന് അയാൾ നിന്നു. ശരീരം വിറച്ചു. ഭാര്യ ചെവിയിൽ മന്ത്രിച്ചു. അയാൾ ഉത്തരം നൽകിയില്ല. അയാളെ പിന്നോട്ട് വലിക്കാൻ ശ്രമിച്ചു. അനങ്ങിയില്ല. അയാളുടെ കൈ പിടിച്ചു. അയാൾ അവിടെ തന്നെ നിന്നു. അവൾ സഹായത്തിനായി നിലവിളിച്ചു. ആളുകൾ അയാളുടെ ചുറ്റും കൂടി. ആൾകൂട്ടമായി.

ഒരാൾ ചോദിച്ചു: "കണ്ണേറ്?".

രണ്ടാമൻ പറഞ്ഞു: "തലച്ചോർ കട്ടപിടിച്ചു തുടങ്ങുകണെന്ന് തോന്നുന്നു".

മൂന്നാമൻ കൂട്ടിച്ചേർത്തു: "അല്ലെങ്കിൽ പക്ഷാഘാതം തന്നെ".

3

അയാൾ ചുണ്ടുകൾ സ്വയം കടിച്ചു. കണ്ണുനീർ രക്തത്തിൽ കലർന്നു. മറ്റൊരു നിറം. അമ്മയുടെ കരിമ്പടം പോലെ കരി കറുപ്പ്. തന്റെ സ്വപ്ന വും പിതാവിന്റെ അഭിലാഷവും നേടാനായി ജീവിതവും ആരോഗ്യത്തിൽ അവശേഷിക്കുന്നതും നൽകിയവളാണ് അമ്മ. വാഗ്ദത്തിനായി സാക്ഷി യാകുന്ന ദിവസം വരെ അമ്മ കാത്തിരുന്നു.

ഉച്ചയ്ക്കും വൈകുന്നേരവും പുറത്തു പോകും. രാവിലെ വീട്ടു ജോലിക്കും വൈകുന്നേരം സ്ത്രീകളുടെ വസ്ത്രങ്ങൾ തയ്ക്കാനും. എന്തെങ്കിലും കിട്ടിയാൽ പകുതിയും അവന്റെ പോക്കറ്റിലും മറ്റേ പകുതി ആവശ്യങ്ങൾക്കും തയ്യൽ സാധനങ്ങൾക്കും മാറ്റിവെക്കും. സ്വയം ശ്രദ്ധി ക്കാറില്ല. വിശന്നാലും കാര്യമാക്കിയിരുന്നില്ല.

4

അവൻ യൂണിവേഴ്സിറ്റി ബിരുദം നേടിയ വിളവെടുപ്പിന്റെ ദിവസശേ ഷം അമ്മ സന്തോഷവതിയായിരുന്നില്ല. അവന്റെ വായിൽ നിന്ന് വന്ന വെടിയുണ്ട കൊണ്ട് കൊല്ലപ്പെട്ടിരുന്നു.

അമ്മ യാചിച്ചു: "നീ ആർക്കു വേണ്ടിയാണ് എന്നെ ഉപേക്ഷിക്കുന്നത്?".

"എന്റെ പഠനം പൂർത്തിയാക്കാൻ പോകണം".

"മോനേ.. ഞാൻ".

''പോയേ പറ്റൂ".

"ആർക്കു വേണ്ടിയാണ് നീ എന്നെ ഉപേക്ഷിക്കുന്നത്?".

5

മെലിഞ്ഞതും രോഗമുള്ളതുമായ തളർന്ന ശരീരം. ശരീരം ഉയർത്താ നായി അയാൾ കൈകൾ തറയിൽ വെച്ചു മുന്നോട്ട് തള്ളുന്നുണ്ട്.

6

അയാളുടെ കണ്ണിന് മുന്നിലൊരു കണ്ണ്. ഞരക്കം കൂടി. അയാളുടെ ഗന്ധം വന്നവരെ കൊണ്ട് സ്ഥലമാകെ വീശി. അമ്മയുടെ വിയർപ്പ് കൂട് അഴിച്ചു. കൈ കൊണ്ട് നെഞ്ചിൽ അടിച്ചു. വലതു കൈ കൊണ്ട് മാറി നടിയിൽ കുത്തി. ഹൃദയത്തിന്റെ വലുപ്പത്തിലുള്ള ഒരു നാണയ കെട്ട് പുറത്തെടുത്തു കെട്ടഴിച്ചു. രക്ത ധമനികൾ.. രക്ത ധമനികൾ. അമ്മ ഉള്ളതെല്ലാം അവന് നൽകി നിഴലിൽ നിന്ന് മാറി നിന്നിരുന്നു.

■

ഇരുട്ട്

വിവാഹമോചനത്തിന് ശേഷം കാര്യങ്ങൾ ഒരുപാട് മാറി. കുട്ടികളുടെ പെരുമാറ്റവും മാറി. ആശയക്കുഴപ്പമുണ്ടാക്കുന്ന ചോദ്യങ്ങൾ അയാളെ ശ്വാസം മുട്ടിച്ചു. പക്ഷേ അവർക്ക് വേണ്ടി അയാൾ നിശബ്ദത പാലിച്ചു. ഒരു വാക്കുപോലും പറഞ്ഞില്ല. വാക്കുകളും നോട്ടങ്ങളും കൊണ്ട് അസ്വസ്ഥനായിട്ടും സത്യത്തിന്റെ കടിഞ്ഞാൺ നഷ്ടപ്പെടുകയാണെന്ന് തോന്നിയിട്ടും ഒന്നും മൊഴിഞ്ഞില്ല.

മുറിയിലേക്ക് ഓടി. രോദനം പുറത്തേക്ക് വന്നു. വിറയ്ക്കുന്ന കൈകൾ കൊണ്ട് കണ്ണുനീരും മൂക്കും വായയും തുടച്ചു.

കിടക്കയിൽ വിഷമിപ്പിക്കുന്ന ശരങ്ങളായി ചോദ്യങ്ങൾ മാറി. ഏകാന്തതയുടെ നിശബ്ദത കീറി. സ്വപ്നങ്ങളിൽ നിന്ന് എഴുന്നേൽപ്പിച്ചു. സത്യം അറിയാനുള്ള മക്കളുടെ നിർബന്ധത്തിനു മുന്നിൽ തന്റെ ആവശ്യങ്ങൾ വെടിഞ്ഞു വീട് വിട്ടു.

അദ്ദേഹമില്ലാത്ത മക്കളും ഭാര്യയും അടങ്ങുന്ന വീട് കുറച്ച് കാലം സജീവമായിരുന്നു. പിന്നെ വിവാഹം കഴിച്ച മകളുടെ അഭാവം. അവളുടെ വിവാഹ കാര്യമൊന്നും അയാളോട് ആരും പറഞ്ഞിരുന്നില്ല. ബിരുദപഠനം പൂർത്തിയാക്കാൻ നാടുവിട്ട ഇളയ മകന്റെ അഭാവം. മൂത്തവന്റെ വിവാഹം

കഴിഞ്ഞിട്ട് രണ്ട് വർഷം തികഞ്ഞു. എല്ലായ്പ്പോഴും കഫേകളിലും പാർട്ടികളിലുമായി കറങ്ങി നടപ്പാണ്. ഉമ്മയുടെ ആഗ്രഹം നിറവേറ്റുന്നതിനായാണ് അവൻ വിവാഹം കഴിച്ചത്. ഉമ്മയുടെ അഭ്യർത്ഥന പ്രകാരം ഒരു വില്ല നിർമ്മിച്ചു. നിർബന്ധത്തിന് വഴങ്ങി ഉമ്മ താമസിക്കുന്ന വില്ലക്കും അയാളും ഭാര്യയും താമസിക്കുന്ന വീടിനുമിടയിൽ ഒരു മതിൽ പണിതു. ഉമ്മയോട് ചോദിക്കുമ്പോൾ ഒന്നും ആവശ്യപ്പെട്ടില്ലെന്ന് പറയുകയും ചെയ്തു.

വർഷങ്ങൾക്ക് ശേഷം ഉമ്മ ആശുപത്രിയിലായി. ഉമ്മയെ അവഗണിച്ചുവെന്ന് എല്ലാവർക്കും ബോധ്യമായി. അങ്ങനെ ഉമ്മയുടെ കാര്യത്തിൽ തീരുമാനമെടുക്കാൻ മക്കൾ ഒത്തുകൂടി.

ലൈല: “ഉമ്മ വളരെ മോശമായ അവസ്ഥയിലാണ്”.

സാലിം: “നമുക്ക് എന്തുചെയ്യാൻ കഴിയും?”.

ലൈല: “നമ്മളിൽ ഒരാൾ കൊണ്ടു പോകണം”.

സാലിം: “തീർച്ചയായും ഇതാണ് ശരിയായ പരിഹാരം. അഹമ്മദാണ് മൂത്തവൻ”.

അഹമ്മദ്: “ഹേ.. ഞാനോ?.. ഇല്ല.. ഇല്ല.. എനിക്ക് കഴിയില്ല”.

ലൈല: “മതി. നിങ്ങൾ എന്താണ് ഉദ്ദേശിച്ചതെന്ന് ഞങ്ങൾക്ക് മനസ്സിലായി”.

സാലിം: “സത്യം പറഞ്ഞാൽ എനിക്ക് താത്പര്യമുണ്ട്. പക്ഷേ ഭാര്യ അംഗീകരിക്കില്ല”.

ലൈല: “അതെ”.

സാലിം: “അവൾ സമ്മതിക്കുകയില്ല എന്നെനിക്കറിയാം. അല്ലെങ്കിൽ നോക്കാമായിരുന്നു”.

ലൈല: “അപ്പോൾ ഞാൻ മാത്രം”.

അഹ്മദ്: “നീയും ഭർത്താവുമല്ലേ പരാതിപ്പെട്ടത്?”.

ലൈല: “ശരി... മറ്റൊരു പരിഹാരമുണ്ട് “.

അഹമ്മദ്: “വില്ല. അതാണ് നല്ല പരിഹാരം”.

ലൈല: “ഉമ്മ മോശമായ അവസ്ഥയിലാണെന്ന് ഞാൻ നിങ്ങളോട് പറഞ്ഞു”.

സാലിം: “മതി..മതി.. എനിക്ക് ഒരു നിർദ്ദേശമുണ്ട്. ആശുപത്രിയിൽ തുടരട്ടെ”.

ലൈല: “ഡിസ്ചാർജ് ആയാൽ”.

സാലിം: “ലളിതം. നമ്മൾ വൃദ്ധസദനത്തിലാക്കും”.

അഹമ്മദ്: "അതെ''.

സാലിം: "ഉമ്മാക്ക് പരിചരണം ആവശ്യമാണെന്ന് മറക്കരുത്".

അഹമ്മദ്: "ആളുകൾ നമ്മളെക്കുറിച്ച് എന്തു പറയും?".

സാലിം: "തീർച്ചയായും.. ലൈല.. നീ എന്താണ് ചിന്തിക്കുന്നത്?".

ലൈല: "കഷ്ടം".

ലൈല ആശുപത്രിയിലെ ഉമ്മയുടെ മുറിയിലേക്ക് നടന്നു. ഉമ്മയോടൊപ്പമുള്ള ചെറുപ്പവും സുഗന്ധത്തോടും അലങ്കാരത്തോടുമുള്ള സ്നേഹവും ഓർമ്മിച്ചു. ഉമ്മയുടെ അവസ്ഥയ്ക്ക് സംഭവിച്ചതിനെക്കുറിച്ച് നെടുവീർപ്പിട്ടു. അതേ സമയം തന്നെ ഭർത്താവ് ഉമ്മയോടൊപ്പം വീട്ടിൽ താമസിക്കാൻ പ്രേരിപ്പിക്കുന്ന വഴിയെക്കുറിച്ചും അവൾ ചിന്തിച്ചു.

വാതിലിൽ മുട്ടി വീട്ടിൽ കയറി. ഉമ്മയെ ചുംബിച്ചു ചോദിച്ചു: "എന്തുണ്ട് വിശേഷം?".

"........."

"ദൈവത്തിന് നന്ദി. നിങ്ങൾ ഇന്ന് ഉഷാറായിരിക്കുന്നു".

"അവസാനം പോലെ തോന്നുന്നു".

"ദൈവാനുഗ്രഹം നിങ്ങൾ ഉടനെ ഡിസ്ചാർജ് ആകും".

"ഞാൻ അങ്ങനെ വിചാരിക്കുന്നില്ല".

"ഉമ്മാ.. ദയവായി ഇതേപടി തുടരുക".

"ഹോ... കിടത്തം അസഹനീയം. നിനക്കും സഹോദരന്മാർക്കും എങ്ങനെയുണ്ട്?".

"അവർ എപ്പോഴും നിങ്ങളെക്കുറിച്ച് ചോദിക്കും".

"ശരിയാണോ?".

"തീർച്ചയായും വലിയ തിരക്കുകൾ ഇല്ലായിരുന്നുവെങ്കിൽ ഇപ്പോൾ എന്നോടൊപ്പം ഉണ്ടാകുമായിരുന്നു".

"ശരി. എന്താണ് വീടിന്റെ അവസ്ഥ?".

"നിങ്ങളില്ലാതെ ഒരു രസവുമില്ല"

"ആട്.. കോഴി..പൂച്ച?".

"ഉണ്ട്".

"ലൈല"

"എന്നെ വിശ്വസിക്കൂ".

"സ്തുതി.. ദൈവത്തിനു സ്തുതി. ദൈവത്തിനു സ്തുതി".

ലൈല രാത്രി ഉറക്കത്തിൽ സമയം എത്രയായെന്ന് അറിയാതെ ഫോൺ റസീവറിലേക്ക് കൈ നീട്ടി. സഹോദരങ്ങളോട് സംസാരിച്ചു.

സഹോദരന്മാർ ആശുപത്രിയിലേക്ക് വന്നു. മുറിയിൽ ഉമ്മ അവശതയിൽ തൊണ്ടയനക്കുന്നുണ്ട്. രക്ഷയില്ലെന്ന് എല്ലാവർക്കും മനസ്സിലായി. ദൈവം ഉമ്മയോട് കരുണ കാണിക്കുമെന്ന പ്രതീക്ഷയിൽ മക്കളെല്ലാവരും അവരവരുടെ ലക്ഷ്യസ്ഥാനങ്ങളിലേക്ക് നീങ്ങി.

■

9 788188 025664

Printed by Libri Plureos GmbH in Hamburg, Germany